ઇટ સો વ્હોટ!
શાકાહાર ની શક્તિ

વજન ઘટાડવા, રોગ મુક્ત, દવા મુક્ત, સ્વસ્થ
લાંબા જીવન માટે પોષણ માર્ગદર્શિકા

લા ફૉન્સિયર

અનુક્રમણિકા

પરિચય

લેક્ટો વેજિટેરિયન હોવાને કારણે, હું હંમેશા મારા આહારમાં સામેલ કરવા માટે સ્વસ્થ શાકાહારી વિકલ્પો શોધું છું. દરેકનું શરીર અલગ છે. જુદા જુદા ખોરાક પ્રત્યે લોકોની જુદી જુદી પ્રતિક્રિયાઓ હોય છે. કેટલાક લોકોને મગફળી થી એલર્જી હોય છે જ્યારે અન્યમાં કુદરતી રીતે નબળી રોગપ્રતિકારક શક્તિ હોય છે. આ પુસ્તકમાં, મેં મેં ખાદ્યપદાર્થોનો સમાવેશ કર્યો છે જે દરેક વ્યક્તિ સરળતાથી તેમના આહારમાં સામેલ કરી શકે છે.

દરરોજ હું કેટલાક નવા ડાયટ ટ્રેન્ડ જોઉં છું, જે વાસ્તવમાં હેલ્ધી ડાયટથી દૂર છે. તેઓ સ્થૂળતા, ડાયાબિટીસ અથવા અન્ય રોગોનો અસ્થાયી ઉકેલ આપી શકે છે, પરંતુ સ્વસ્થ જીવન માટે તમારે જે ખોરાક ખાવો છો તેની ઊંડી જાણકારી હોવી જરૂરી છે, જેમ કે ખોરાકનો વાસ્તવિક હેતુ શું છે અને શું તે ખરેખર પોષક છે?

ઇટ સો વ્હોટ! શાકાહાર ની શક્તિ માં તમે તમારા ભોજનને વૈજ્ઞાનિક અને વાસ્તવિક રીતે સમજી શકશો. તમે શીખી શકશો કે દરેક પોષક તત્વો શા માટે મહત્વપૂર્ણ છે. કેવી રીતે યોગ્ય પ્રકાર પસંદ કરવાથી તમને પોષક તત્વોમાંથી સૌથી વધુ સ્વાસ્થ્ય લાભ મેળવવામાં મદદ મળી શકે છે. શાકાહારી હોવા પર એનિમિયા, વિટામિન B12 અને પ્રોટીનની ઉણપ થી બચવાના ઉપાયો શું છે?

જ્યારે તમે યોગ્ય માત્રામાં તમારા આહારમાં યોગ્ય પોષક તત્વોને સામેલ કરો છો, ત્યારે તમારે પૂરકની જરૂર નથી. આ પુસ્તક દ્વારા જાણો કે તમે કોઇપણ માનવસર્જિત સપ્લીમેન્ટ્સ વિના કુદરતી રીતે શાકાહારને કેવી રીતે અનુસરી શકો છો. પછી ભલે તમે જન્મથી શાકાહારી હોવ અથવા સ્વાસ્થ્ય સમસ્યાઓ માટે શાકાહારને અનુસરતા હોવ અથવા તમે માંસાહારી હોવ, **ઇટ સો વ્હોટ! શાકાહાર ની શક્તિ** પુસ્તક તમારા માટે છે.

સંશોધન વૈજ્ઞાનિક અને રજિસ્ટર્ડ ફાર્માસિસ્ટ હોવાને કારણે, મેં દવાઓ સાથે નજીકથી કામ કર્યું છે. મારા અનુભવના આધારે, હું સૂચન કરીશ કે તમે દવાઓ

પર વધુ પડતો આધાર રાખશો નહીં પરંતુ આરોગ્યપ્રદ શાકાહારી ખોરાક ખાઓ, જે તમને ઘણા રોગોથી બચાવવાની શક્તિ ધરાવે છે. શાકાહારી આહાર તમારા જીવનમાં મૂલ્યવાન અને સ્વસ્થ વર્ષો ઉમેરે છે. આ પુસ્તકમાં, હું એ હકીકતને પ્રકાશિત કરી રહ્યો છું કે કેવી રીતે સ્વસ્થ શાકાહારી આહાર આપણી મોટાભાગની રોજિંદી સ્વાસ્થ્ય સમસ્યાઓનો ઉકેલ છે.

આ પુસ્તકમાં તમારા સ્વાસ્થ્યને વધારવા તેમજ બહાર ખાવાની તમારી તૃષ્ણાને સંતોષવા માટે કેટલીક સ્વાદિષ્ટ અને આરોગ્યપ્રદ વાનગીઓ પણ છે. તમે આ સરળ અને હેલ્ધી વાનગી ઘરે સરળતાથી બનાવી શકો છો. હવે તમારે હેલ્ધી ખાવા માટે સ્વાદ સાથે સમાધાન કરવાની જરૂર નથી.

લા ફૉન્સિયર

પ્રકરણ 1

પોષક તત્વો શું છે? શા માટે તેઓ એટલા મહત્વપૂર્ણ છે?

પોષક તત્વો આ છે, પોષક તત્વો તે છે, તે ખોરાક વધુ પૌષ્ટિક છે, તમારે આ બધું ન ખાવું જોઇએ કારણ કે તે પૌષ્ટિક નથી, આ બધું તમે હજારો વાર સાંભળ્યું હશે.

પોષક મૂલ્યો વિશે ઘણી વાતો થાય છે પરંતુ પ્રશ્ન એ છે કે કયા પરિબળો નક્કી કરે છે કે કયો ખોરાક વધુ પૌષ્ટિક છે અને કયો નથી? શું ખોરાકને પોષક બનાવે છે?

જવાબ છે, ખોરાકમાં રહેલા પોષક તત્વોની માત્રા તેના પોષક મૂલ્યને નિર્ધારિત કરે છે. હવે સવાલ એ થાય છે કે પોષક તત્વો શું છે? આ પ્રકરણમાં, તમને પોષક તત્વો વિશેના તમારા બધા પ્રશ્નોના જવાબો મળશે. તો ચાલો શરુ કરીએ.

ન્યુટ્રીએન્ટ્સ (પોષક તત્વ) શું છે?

પોષક તત્વો એ ખોરાકમાં રહેલા પદાર્થો છે જે આપણા જીવન માટે જરૂરી છે. તેઓ શરીરને ઊર્જા પૂરી પાડે છે, શરીરની મરામત અને વૃદ્ધિ કરે છે, રાસાયણિક પ્રક્રિયાઓનું નિયમન કરે છે અને એકંદર આરોગ્યની જાળવણી માટે જરૂરી છે.

ન્યુટ્રીએન્ટ્સ (પોષક તત્વો) ના પ્રકાર:

ન્યુટ્રીએન્ટ્સ (પોષક તત્વો) ને 2 ભાગોમાં વહેંચવામાં આવે છે:

એસેન્શ્યલ ન્યુટ્રીએન્ટ્સ (આવશ્યક પોષક તત્વ)

નોન-એસેન્શ્યલ ન્યુટ્રીએન્ટ્સ (બિન-આવશ્યક પોષક તત્વ)

એસેન્શ્યલ ન્યુટ્રીએન્ટ્સ

શરીરના સામાન્ય કાર્ય માટે એસેન્શ્યલ ન્યુટ્રીએન્ટ્સ (આવશ્યક પોષક તત્વો) જરૂરી છે, તે કાં તો શરીર પોતે બનાવી શકતા નથી અથવા અપૂરતી માત્રામાં ઉત્પન્ન થાય છે, જેના કારણે તે ભોજનમાંથી મેળવવા પડે છે.

મેક્રો-ન્યુટ્રિઅન્ટ્સ

માઇક્રો-ન્યુટ્રિઅન્ટ્સ

મેક્રો-ન્યુટ્રિઅન્ટ્સ

મેક્રો-ન્યુટ્રિઅન્ટ્સ એ મુખ્ય પોષક તત્વો છે જે આપણે ખાઈએ છીએ તે ખોરાક બનાવે છે. શરીરને વૃદ્ધિ, સમારકામ અને પ્રજનન માટે આ પોષક તત્વોની પ્રમાણમાં મોટી માત્રાની જરૂર પડે છે. તેઓ આપણને ઊર્જા પૂરી પાડે છે.

મુખ્ય મેક્રો-ન્યુટ્રિઅન્ટ્સ - કાર્બોહાઇડ્રેટ્સ, પ્રોટીન અને ફૅટ સાથે, પાણી ચોથું બોનસ મેક્રો-ન્યુટ્રિઅન્ટ છે. આ ત્રણેય મેક્રો-ન્યુટ્રિઅન્ટ્સ શરીરમાં પોતપોતાના કાર્યો કરે છે. લગભગ દરેક ખોરાકમાં ત્રણેય મેક્રો-ન્યુટ્રિઅન્ટ્સ હોય છે પરંતુ તેમાં હાજર મેક્રો-ન્યુટ્રિઅન્ટ્ની સૌથી વધુ ટકાવારીના આધારે ખોરાકનું વર્ગીકરણ કરવામાં આવે છે. ઉદાહરણ તરીકે, નાળિયેરમાં 50% ફૅટ, 10% કાર્બોહાઇડ્રેટ અને 6% પ્રોટીન હોય છે, તેથી તેને ફૅટ તરીકે વર્ગીકૃત કરવામાં આવે છે, જ્યારે કેળામાં 80% કાર્બોહાઇડ્રેટ અને માત્ર થોડી માત્રામાં પ્રોટીન અને ફૅટ હોય છે તેથી તેને કાર્બોહાઇડ્રેટ તરીકે વર્ગીકૃત કરવામાં આવે છે.

1. કાર્બોહાઇડ્રેટ્સ

કાર્બોહાઈડ્રેટ્સ, વ્યાખ્યા મુજબ, આવશ્યક મેક્રો-ન્યુટ્રિઅન્ટ્સ તરીકે સૂચિબદ્ધ કરી શકાતા નથી કારણ કે શરીર કાર્બોહાઈડ્રેટ્સ જાતે બનાવી શકે છે. મોટાભાગની ઉર્જા કાર્બોહાઇડ્રેટ્સ માંથી મેળવવામાં આવતી હોવાથી, આ શરીરની

સામાન્ય કામગીરી માટે પ્રમાણમાં મોટી માત્રામાં જરૂરી છે અને તે ભોજન દ્વારા મેળવવી આવશ્યક છે. તે એક સ્વસ્થ પોષક તત્વ છે.

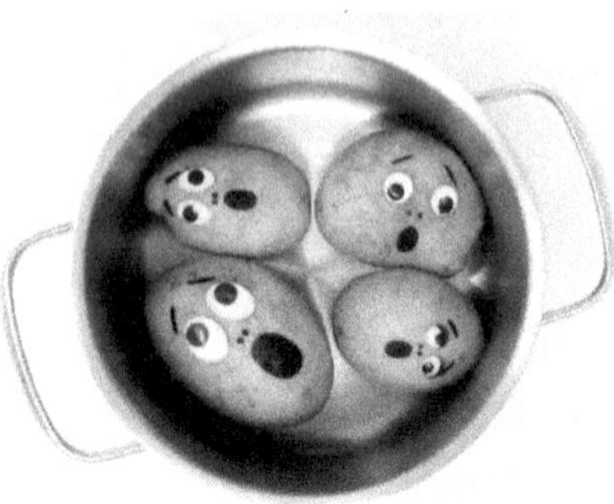

કાર્બોહાઇડ્રેટ્સમાં ગ્લુકોઝની ટૂંકી સાંકળો હોય છે. આપણા મોંમાં રહેલું એમીલેઝ એન્ઝાઇમ કાર્બોહાઇડ્રેટ્સને ગ્લુકોઝમાં તોડી નાખે છે જેથી આપણું શરીર ગ્લુકોઝનો પ્રાથમિક ઉર્જા સ્ત્રોત તરીકે ઉપયોગ કરી શકે. તમારા આહારમાં આશરે 50-65% કાર્બોહા ઇડ્રેટ હોવા જોઇએ. મગજને ઉર્જા પ્રદાન કરવામાં કાર્બોહાઇડ્રેટ્સ મહત્વપૂર્ણ છે, આ સિવાય કાર્બોહાઇડ્રેટ્સ વૃદ્ધિ, પાચન માં સુધારો, રોગપ્રતિકારક શક્તિને મજબૂત કરવા અને લોહીના ગંઠાવાનું અટકાવવામાં મહત્વપૂર્ણ ભૂમિકા ભજવે છે.

2. પ્રોટીન

પ્રોટીન એક આવશ્યક મેક્રોન્યુટ્રિઅન્ટ છે જેમાં એમિનો એસિડની એક અથવા વધુ લાંબી સાંકળોનો સમાવેશ થાય છે. તે તમામ જીવંત જીવો માટે જરૂરી છે,

ખાસ કરીને શરીરની પેશીઓ જેમ કે સ્નાયુઓ, વાળ, હાડકાં અને નખ. 20 એમિનો એસિડમાંથી, નવ આવશ્યક (એસેન્શ્યલ) છે, એટલે કે આ નવ એમિનો એસિડ છે જે શરીર દ્વારા બનાવી શકાતા નથી અને તે ભોજનમાંથી મેળવવાના હોય છે.

એસેન્શ્યલ પ્રોટીન:

- હિસ્ટીડિન
- આઇસોલ્યુસિન
- લ્યૂસીન
- લાયસિન
- મેથિઓનાઇન
- ફેનીલાલેનાઇન
- થ્રેઓનાઇન
- ટ્રિપ્ટોફન
- વેલિન

3. ફેટ

ફેટ આવશ્યક પોષક તત્ત્વ છે જે ફેટમાં દ્રાવ્ય વિટામિન જેમ કે વિટામીન એ, ડી, ઇ અને કે ના શોષણને વધારે છે અને આંતરિક અવયવોને સુરક્ષિત કરવામાં મદદ કરે છે.

એસેન્શ્યલ ફેટી એસિડ્સ:

- આલ્ફા-લિનોલેનિક એસિડ (ઓમેગા-3 ફેટી એસિડ)
- લિનોલીક એસિડ (ઓમેગા -6 ફેટી એસિડ

માઇક્રો-ન્યુટ્રિઅન્ટ્સ (સૂક્ષ્મ પોષકતત્વ)

માઇક્રો-ન્યુટ્રિઅન્ટ્સ (સૂક્ષ્મ પોષકતત્ત્વો) ની શરીરમાં થોડી માત્રામાં જરૂર હોય છે પરંતુ શરીરની સામાન્ય કામગીરી માટે તે મેક્રો-ન્યુટ્રિઅન્ટ્સ જેટલા જ મહત્વપૂર્ણ છે. સૂક્ષ્મ પોષકતત્ત્વો ચયાપચયનું નિયમન કરે છે અને શરીરના યોગ્ય વિકાસ માટે જરૂરી હોર્મોન્સ, ઉત્સેચકો (એન્ઝાઇમ) અને અન્ય પદાર્થો ઉત્પન્ન કરવામાં મદદ કરે છે.

સૂક્ષ્મ પોષકતત્વોના પ્રકાર

વિટામિન

મિનરલ (ખનિજ)

વિટામિન

વિટામિન ઓર્ગનિક સંયોજનો છે. તેઓ સામાન્ય રીતે વિવિધ પ્રોટીન માટે સહઉત્સેચકો અથવા કો-ફેક્ટર્સ તરીકે કાર્ય કરે છે જે શરીરમાં ઘણી રાસાયણિક પ્રતિક્રિયાઓનો ભાગ છે. વિટામિન એ સ્વસ્થ ત્વચા, દાંત, મ્યુકસ મેમ્બ્રેન અને આંખો માટે મહત્વપૂર્ણ છે, વિટામિન સી રોગપ્રતિકારક શક્તિ માટે મહત્વપૂર્ણ છે, વિટામિન ડી કેલ્શિયમને શોષવા અને હાડકાના વિકાસ અને હૃદયના સ્વાસ્થ્યને પ્રોત્સાહન આપવા માટે મહત્વપૂર્ણ છે અને વિટામિન બી6 લાલ રક્ત કોશિકાઓ બનાવવામાં અને મગજને સ્વસ્થ રાખવામાં મદદ કરે છે, તેથી વિટામિનનું સેવન જરૂરી છે.

મનુષ્યને તેના આહારમાં તેર પ્રકારના વિટામિનની જરૂર હોય છે કારણ કે તે શરીર દ્વારા બનાવી શકાતું નથી. વિટામિનને પાણીમાં દ્રાવ્ય (વિટામિન બી કોમ્પ્લેક્સ અને વિટામિન સી) અથવા ફૈટમાં દ્રાવ્ય (એ, ડી, ઇ, અને કે) તરીકે

વર્ગીકૃત કરવામાં આવે છે. પાણીમાં દ્રાવ્ય વિટામિન પાણીમાં ભળે છે અને શરીરમાંથી સરળતાથી નીકળી થાય છે. તેથી જ પાણીમાં દ્રાવ્ય વિટામિન્સનું વારંવાર સેવન જરૂરી છે. ફૈટ-દ્રાવ્ય વિટામિનને આંતરડાની માર્ગ દ્વારા શોષવા માટે શરીરમાં ફૈટ હાજરી જરૂરી છે.

એસેન્શ્યલ વિટામિન (આવશ્યક વિટામિન):

ફૈટ માં દ્રાવ્ય વિટામિન:

- વિટામિન એ
- વિટામિન ડી
- વિટામિન ઇ
- વિટામિ·ı કે

પાણી માં દ્રાવ્ય વિટામિન્સ:

- વિટામિન બી કોમ્પ્લેક્સ
    - થાઇમિન (વિટામિન બી 1)
    - રિબોફ્લેવિન (વિટામિન બી 2)
    - નિયાસિન (વિટામિન બી 3)
    - પેન્ટોથેનિક એસિડ (વિટામિન બી 5)

    - પાયરોક્સિડાઇન (વિટામિન બી 6)
    - બાયોટિન (વિટામિન બી 7)
    - ફોલેટ (વિટામિન બી 9)
    - કોબાલામિન (વિટામિન બી 12)
- વિટામિન સી

વિટામિન ડી અને વિટામિન બી7 શરીર દ્વારા બનાવી શકાય છે પરંતુ અપૂરતી માત્રામાં.

મીનેરલ (ખનિજ):

ખનિજો ઇનઓર્ગેનિક છે અને તેમની રાસાયણિક રચના જાળવી રાખે છે. ખનીજ મુખ્યત્વે ચયાપચય માટે જરૂરી છે, અને તંદુરસ્ત હાડકાં, સ્નાયુ સંકોચન, પ્રવાહી સંતુલન અને શરીરમાં ચેતા પ્રસારણ માટે પણ મહત્વપૂર્ણ છે.

એસેન્શયલ મીનેરલ્સ (આવશ્યક ખનિજો):

મુખ્ય મીનેરલ્સ

- કેલ્શિયમ
- સોડિયમ
- પોટેશિયમ
- મેગ્નેશિયમ
- ફોસ્ફરસ

ટ્રેસ મિનરલ્સ:

- આયોડિન
- ઝિંક
- ક્લોરિન
- મેંગેનીઝ
- મોલીબ્ડેનમ
- લોખંડ
- તાંબુ
- સલ્ફર
- કોબાલ્ટ
- સેલેનિયમ

નોન-એસેન્શ્યલ પોષક તત્વ

નોન એસેન્શ્યલ પોષક તત્વ તત્વ શરીર દ્વારા પૂરતી માત્રામાં બનાવી શકાય છે અથવા ભોજન સિવાયના અન્ય સ્ત્રોતોમાંથી મેળવી શકાય છે.

નોન એસેન્શ્યલ પોષક પોષક તત્વોના ઉદાહરણો:

- બાયોટિન અથવા વિટામિન B7 જઠરાંત્રિય બેક્ટેરિયા દ્વારા ઉત્પન્ન થાય છે.
- વિટામિન K કોલોનમાં હાજર આંતરડાના બેક્ટેરિયા દ્વારા ઉત્પન્ન થાય છે.
- જ્યારે ત્વચા સૂર્યપ્રકાશના સંપર્કમાં આવે છે ત્યારે શરીર દ્વારા વિટામિન ડી ઉત્પન્ન થાય છે.
- કોલેસ્ટ્રોલ યકૃત (લીવર) દ્વારા સારી માત્રામાં ઉત્પન્ન થાય છે, તેથી જ તમારે તમારા આહારમાંથી વધારાનું કોલેસ્ટ્રોલ લેવાની જરૂર નથી.

પ્રકરણ 2

શાકાહારી હોવાના ટોચના 10 સ્વાસ્થ્ય લાભો

શાકાહાર (વેજિટેરિયનિઝમ) શું છે?

શાકાહારમાં લાલ માંસ, માછલી અથવા અન્ય સીફૂડ, મરઘાં, પશુઓનું માંસ અથવા પશુ ઉત્પાદનોના વપરાશથી દૂર રહેવાનો સમાવેશ થાય છે. શાકાહારી આહારમાં

અનાજ, ફળો, શાકભાજી, કઠોળ અને સૂકા ફળો સમાવેશ થાય છે જેમાં દૂધના ઉત્પાદનો અને ઇંડાનો ઉપયોગ શામેલ હોઇ શકે છે અથવા ન પણ હોઈ શકે.

શાકાહાર ના વિવિધ પ્રકારો છે:

લેક્ટો-શાકાહારી પશુ ઉત્પાદનો અને ઇંડા ખાતા નથી પરંતુ દૂધ અને દૂધની બનાવટોનું સેવન કરે છે.

લેક્ટો-ઓવો-શાકાહારી પશુ ઉત્પાદનો ખાતા નથી પરંતુ દૂધ અને ઇંડા બંનેનું સેવન કરે છે.

જૈન શાકાહારી પશુ ઉત્પાદનો, ઇંડા અથવા ભૂગર્ભમાં ઉગેલા કોઇપણ ખોરાક જેમ કે બટાકા, ડુંગળી અને લસણનો ઉપયોગ કરતા નથી, પરંતુ દૂધ અને દૂધની બનાવટોનો ઉપયોગ કરે છે.

બૌદ્ધ શાકાહારી પશુ ઉત્પાદનો અને એલિયમ પરિવારના શાકભાજી (જેમાં ડુંગળી અને લસણની લાક્ષણિકતા હોય છે) જેમ કે ડુંગળી, લસણ, ચાઇવ્સ, લીલી ડુંગળી, લીક અથવા શૉલોટ્સનો ઉપયોગ કરતા નથી પરંતુ દૂધનું સેવન કરે છે.

વેગન કોઇપણ પશુ ઉત્પાદનો - માંસ, માછલી, મધ, દૂધ, દૂધની બનાવટો અથવા ઇંડાનો વપરાશ કરતા નથી.

નીચે શાકાહારી હોવાના ટોચના 10 સ્વાસ્થ્ય લાભો છે:

1. આયુષ્ય વધે છે

શાકાહારી ઑર્ગનિક વનસ્પતિ આધારિત આહાર મુખ્યત્વે વિટામિન, ખનિજ, એન્ટીઑક્સિડેન્ટ, ફાયટોન્યુટ્રીએન્ટ અને ફાઇબરથી સમૃદ્ધ હોય છે. આ પોષક તત્ત્વો

રોગપ્રતિકારક શક્તિને મજબૂત બનાવે છે અને શરીરમાંથી ઝેરી તત્વોને બહાર કાઢે છે, અને શરીરમાં રાસાયણિક સંચયને અટકાવે છે, તેથી એજિંગ પ્રક્રિયાને ધીમી કરે છે.

આ ઉપરાંત, શાકાહારી આહાર ઘણા ક્રોનિક રોગોને અટકાવી શકે છે અને તમને સ્વસ્થ અને લાંબુ આયુષ્ય આપી શકે છે.

2. ઓછી ઝેરીતા

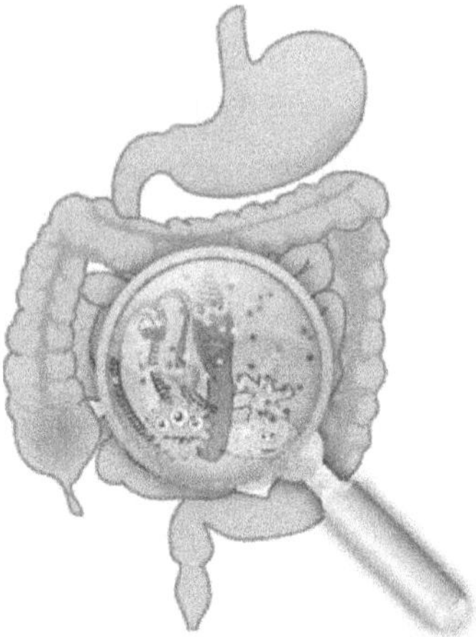

જંતુનાશકો, એન્ટિબાયોટિક્સ અને હોર્મોન્સ જેવા ઝેર ચરબીમાં દ્રાવ્ય હોય છે અને પશુઓના ચરબીયુક્ત માંસમાં એકઠા થાય છે. માંસાહારી ખોરાકમાં વાઇરસ અને પરોપજીવીઓ હોય શકે છે જેમ કે ટોક્સોપ્લાસ્મોસીસ પરોપજીવી, ટ્રિચિનેલા સ્પિરાલિસ, સાલ્મોનેલા અને અન્ય કૃમિ. ઓર્ગેનિક વનસ્પતિ-આધારિત ખોરાક કરતાં માંસ, સીફૂડ અને મરઘાંમાં ખોરાકજન્ય બીમારીઓ, બેક્ટેરિયા અને રાસાયણિક ઝેર વધુ પ્રચલિત છે.

3. મેટાબોલિઝમ સુધરે છે

ફાઇબર યોગ્ય પાચન માટે જરૂરી છે, અને ફળો અને શાકભાજીમાં ફાઇબરનું પ્રમાણ વધુ હોય છે. શાકાહારી ખોરાક પચવામાં સરળ છે અને ચયાપચયને સારી સ્થિતિમાં રાખીને શરીરમાંથી ઝેરી તત્વો અને અન્ય રસાયણોને ઝડપથી દૂર કરવામાં મદદ કરે છે. શાકાહારીઓમાં માંસ ખાનારા કરતાં RMR (રેસ્ટિંગ

મેટાબોલિક રેટ (જ્યારે તમારું શરીર સંપૂર્ણપણે આરામમાં હોય ત્યારે બળી ગયેલી કેલરીની કુલ સંખ્યા)) વધારે હોય છે, જેનો અર્થ છે કે શાકાહારીઓ ઝડપથી ચરબી બર્ન કરે છે.

4. સ્વસ્થ વજન

સામાન્ય રીતે, શાકાહારીઓનું વજન ઓછું હોય છે. શાકાહારીઓમાં માંસ ખાનારા કરતાં બોડી માસ ઇન્ડેક્સ (શરીરમાં ચરબીનું માપ) ઓછું હોય છે. શાકાહારી આહારમાં સામાન્ય રીતે ઓછી કેલરીવાળા અને ઉચ્ચ ફાઇબરવાળા ફળો, શાકભાજી, અનાજ, કઠોળ અને સૂકા ફળો સમાવેશ થતો હોવાથી આવું થઇ શકે છે. તે તમને લાંબા સમય સુધી ભરપૂર અનુભવ કરાવે છે. આ જ મુખ્ય કારણ છે કે આજે વધુને વધુ લોકો તેમના જીવનમાં શાકાહાર અપનાવી રહ્યા છે.

5. ડાયાબિટીસનું જોખમમાં ઘટાડો

એક અભ્યાસ મુજબ માંસાહારીઓમાં ડાયાબિટીસ અથવા ડાયાબિટીસનું જોખમ શાકાહારીઓ કરતા લગભગ બમણું છે. શાકાહારી આહાર ડાયાબિટીસ સામે વધુ રક્ષણ પૂરું પાડે છે. સ્વસ્થ શાકાહારી આહાર શોષવામાં

સરળ છે, તેમાં ઓછા ફેટી એસિડ્સ હોય છે અને પોષક હોય છે. ડાયાબિટીસ પ્રકાર-2 ધરાવતા લોકો માટે શાકાહારી આહાર ફાયદાકારક હોવાનું દર્શાવવામાં આવ્યું છે, કારણ કે વજન ઘટાડવું એ ડાયાબિટીસને નિયંત્રિત કરવાની સૌથી અસરકારક રીત છે.

6. મોતિયાના જોખમમાં ઘટાડો

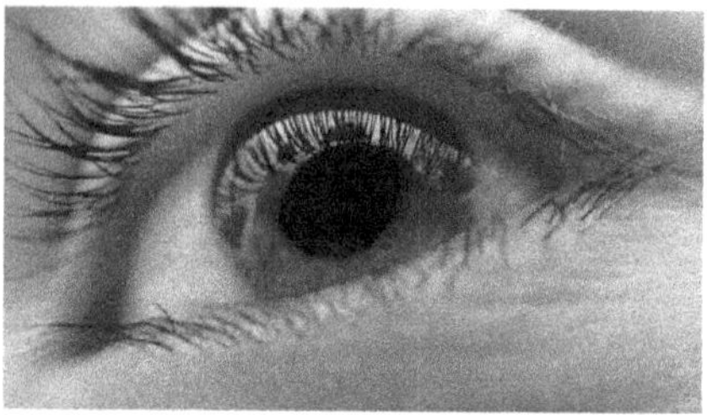

જો કે તે પુષ્ટિ કરી શકાતી નથી કે માંસ ખાવાથી મોતિયાના વિકાસ થાય છે, પરંતુ ઘણા અભ્યાસોએ દર્શાવ્યું છે કે માંસનો વપરા શ ઘટાડવાથી મોતિયાનું જોખમ ઓછું થાય છે. સંશોધકો સૂચવે છે કે શાકાહારીઓની એકંદર જીવનશૈલી મોતિયાના જોખમને ઘટાડે છે.

7. કેન્સરનું જોખમમાં ઘટાડો

રેડ મીટ અને પ્રોસેસ્ડ મીટનો વપરાશ કોલોરેક્ટલ કેન્સરના વધતા જોખમ સાથે સીધો સંબંધ ધરાવે છે. એવા પુરાવા છે કે જેઓ નિયમિતપણે માંસનું સેવન કરે છે

તેના કરતા શાકાહા રીઓમાં કેન્સરનો દર નોંધપાત્ર રીતે ઓછો હોય છે. શાકાહારી આહારમાં ફળો અને શાકભાજીનો સમાવેશ થાય છે જેમાં એન્ટીઓક્સીડેન્ટ વધુ હોય છે અને આ એન્ટીઓક્સીડેન્ટ તમને કેન્સરથી બચાવે છે. શાકાહારી આહાર પસંદ કરવાનું બીજું એક મોટું કારણ કેન્સરનું ઓછું જોખમ છે.

8. ઓછું હ્રદય રોગનું જોખમ

શાકાહારી આહાર ફાઇબર, એન્ટીઑક્સિડન્ટ અને ફાયટોન્યુટ્રિઅન્ટ્સ થી સમૃદ્ધ છે, જે ઓક્સિડેટીવ તણાવ અને બળતરા ઘટાડવા માટે જાણીતા છે. આ હ્રદય રોગના જોખમને ઘટાડવામાં ઘણી મદદ કરે છે. વધુમાં, શાકાહારી આહારમાં સંતૃપ્ત ફૈટ અને કોલેસ્ટ્રોલ માંસાહારી આહાર (જે ઘણીવાર કોલેસ્ટ્રોલ, ફૈટ અને પર્યાવરણીય પ્રદૂષકોમાં વધારે હોય છે) કરતાં ઓછું હોય છે. માંસાહારીઓ કરતાં શાકાહારીઓમાં હ્રદયરોગથી મૃત્યુનું જોખમ 40 ટકા ઓછું હોય છે.

9. વધુ ઊર્જા

શાકાહારીઓ વધુ મહેનતુ અને ખુશ હોય છે. માંસ-આધારિત આહારમાં ચરબી અને પ્રોટીનનું પ્રમાણ વધુ હોય છે, જે તેમને પચાવવાનું મુશ્કેલ બનાવે છે, જ્યારે શાકાહારીઓ આખા અનાજના રૂપમાં વધુ જટિલ કાર્બોહાઇડ્રેટ્સનું સેવન કરે છે. જટિલ કાર્બોહાઇડ્રેટ્સ સરળતાથી પચી જાય છે અને ત્વરિત ઊર્જા પ્રદાન કરે છે. કાર્બોહાઇડ્રેટ્સ સેરોટોનિનના

સ્તરમાં વધારો કરે છે, જે મૂડ-બુસ્ટિંગ ન્યુરોટ્રાન્સમીટર છે, જેને ખુશીના હોર્મોન તરીકે પણ ઓળખવામાં આવે છે. જો મગજમાં સેરોટોનિનનું સ્તર વધે છે, તો તમે દિવસભર ખુશ રહો છો.

10. કોલેસ્ટ્રોલ લેવલ ઓછું રહે છે

શાકાહારી આહારમાં ખૂબ જ ઓછું કોલેસ્ટ્રોલ હોય છે જ્યારે પશુ ઉત્પાદનોમાં ખૂબ વધારે કોલેસ્ટ્રોલ હોય છે. લો-ડેન્સિટી લિપોપ્રોટીન (LDL) કોલેસ્ટ્રોલ (ખરાબ કોલેસ્ટ્રોલ) નું ઉચ્ચ સ્તર કોરોનરી હાર્ટ ડીસીસ (CHD) ના વધતા જોખમ સાથે સંકળાયેલું છે.

શાકાહારી આહાર નીચા કોલેસ્ટ્રોલ સ્તર સાથે સંકળાયેલ છે. આનું કારણ એ છે કે શાકાહારી લોકો ઓછી સંતૃપ્ત ફૈટનો વપરાશ કરે છે, અને તેઓ ફળો, શાકભાજી, આખા અનાજ, કઠોળ અને નટ્સ અને બીજ જેવા ઓર્ગનિક વનસ્પતિ આધારિત આહાર વધુ ખાય છે, જે કુદરતી રીતે દ્રાવ્ય ફાઇબર, સોયા પ્રોટીન અને સ્ટીરોલ્સથી ભરપૂર હોય છે. એ વાત સાચી છે કે કોલેસ્ટ્રોલ એ દરેક માનવ કોષનો આવશ્યક ઘટક છે, પરંતુ કોઇ પણ બાહ્ય સ્ત્રોતમાંથી કોલેસ્ટ્રોલ મેળવવાની જરૂર નથી કારણ કે શરીર જરૂરિયાત મુજબ શાકાહારી ખોરાકમાંથી કોલેસ્ટ્રોલ જાતે બનાવી શકે છે.

નિષ્કર્ષ

સ્વસ્થ ઓર્ગેનિક શાકાહારી આહારની સાથે સાથે એવા ઘણા પરિબળો છે જે હેલ્ધી અને લાંબા જીવન માટે જરૂરી છે. જીવનશૈલીમાં કેટલાક અન્ય ફેરફારો પર ધ્યાન આપવાની જરૂર છે જેમ કે ધૂમ્રપાન અને દારૂ છોડવો. શાકાહારી આહાર પર હોવાનો અર્થ એ નથી કે તમારે પ્રોસેસ્ડ ફૂડ જેવા ઓછા આરોગ્યપ્રદ ખોરાકની પસંદગી કરવો, જે તમારા હ્રદય રોગનું જોખમ વધારી શકે છે. તમારે પ્લાન્ટ બેસ્ડ આહારનું પાલન કરવું જોઇએ જેમાં ફાઇબર, આખા અનાજ, શાકભાજી, કઠોળ અને નટ્સ વધુ હોય અને ચરબી ઓછી હોય.

પ્રકરણ 3

આ 10 કારણો થી તમારે દરરોજ વધુ પ્રોટીન ખાવું જોઈએ

પ્રોટીન શું છે?

પ્રોટીન એ એક આવશ્યક મેક્રો-ન્યુટ્રિઅન્ટ છે, જેમાં એમિનો એસિડની એક અથવા વધુ લાંબી સાંકળો હોય છે. પ્રોટીન એ તમામ જીવંત જીવો માટે જરૂરી છે, ખાસ

કરીને સ્નાયુઓ, વાળ, હાડકાં અને નખ જેવા શરીરના પેશીઓના નિર્માણ બ્લોક્સ તરીકે.

દૈનિક ભલામણ કરેલ પ્રોટીનની માત્રા

ભલામણ કરેલ આહાર ભથ્થું (રેકૉમેન્ડેડ ડાયેટરી અલોયન્સ RDA) એ પોષક તત્વોનું દૈનિક સેવન સ્તર છે જે તમારી મૂળભૂત પોષક જરૂરિયાતોને પહોંચી વળવા માટે પૂરતું માનવામાં આવે છે. પ્રોટીનનું RDA શરીરના વજનના કિલોગ્રામ દીઠ 0.8 ગ્રામ છે.

19-70 વર્ષની વયના પુરુષો અને સ્ત્રીઓ માટે RDA નીચે આપેલ છે:

પુરુષો: 56 ગ્રામ/દિવસ

મહિલાઓ: 46 ગ્રામ/દિવસ

તમારે દરરોજ વધુ પ્રોટીન શા માટે ખાવું જોઇએ તેના 10 કારણો નીચે આપ્યા છે:

1. એન્ટી એજિંગ

કરચલીઓ મુખ્યત્વે સૂર્યના નુકસાન અને કોલેજન અને ઇલાસ્ટિન પ્રોટીનની ખોટને કારણે થાય છે. જેમ જેમ આપણે મોટા થઇએ છીએ તેમ તેમ આપણા શરીરમાં સ્નાયુનું પ્રમાણ ઘટતું જાય છે. તમારા સ્નાયુઓને સુધારવા અને તમારા શરીરને સ્વસ્થ રાખવાનો સૌથી સહેલો રસ્તો એ છે કે પ્રોટીનયુક્ત આહારનું પાલન કરવું, જે ત્વચાને સ્વસ્થ અને પોષિત રાખે છે. વ્હેય પ્રોટીનમાં રહેલા એમિનો એસિડ એન્ટી એજિંગ હોય છે અને ત્વચાની મરામત, પોષણ અને એજિંગના સંકેતોને રોકવા માટે સારું છે.

2. ઇજામાંથી ઝડપથી રિકવરી

પ્રોટીન એ શરીરની પેશીઓનો મહત્વપૂર્ણ બિલ્ડીંગ બ્લોક છે. પ્રોટીન શરીરને ઇજા પછી રિપેર કરવામાં મદદ કરે છે. આ રિકવરી પ્રક્રિયાને ઝડપી બનાવે છે. પચેલું પ્રોટીન એમિનો એસિડમાં રૂપાંતરિત થાય છે જે ક્ષતિગ્રસ્ત સ્નાયુઓને સુધારવા માટે જરૂરી છે. હીલિંગને પ્રોત્સાહન આપવા માટે શરીરને એમિનો એસિડના સતત પ્રવાહની જરૂર છે. પ્રોટીન સ્નાયુઓને ફરીથી બનાવવામાં મદદ કરે છે. ઇજા પછી શરીરને વધારાના પ્રોટીનની જરૂર હોય છે. પ્રોટીનથી ભરપૂર આહાર શરીરને કંડરા અને અસ્થિબંધનને મજબૂત રાખવા માટે નવા કોલેજન અને ઇલાસ્ટિન ઉત્પન્ન કરવામાં મદદ કરે છે.

3. સ્નાયુઓ વધે છે

પ્રોટીન એ સ્નાયુઓનો બિલ્ડીંગ બ્લોક છે. પૂરતા પ્રમાણમાં પ્રોટીનનું સેવન સ્નાયુ ઓની વૃદ્ધિ ને પ્રોત્સાહન આપે છે અને સ્નાયુઓ ની સ્વાસ્થ્ય જાળવવામાં મદદ કરે છે. સ્નાયુ સમૂહ વધારવા માટે, વ્યક્તિએ ઉચ્ચ પ્રોટીન આહાર તેમજ કસરતનું પાલન કરવું જોઇએ. વધુમાં,

સમગ્ર દિવસ દરમિયાન પ્રોટીનનો સતત પુરવઠો સ્નાયુઓની વૃદ્ધિ માટે જરૂરી છે.

4. સ્વસ્થ ત્વચા

પ્રોટીન એ ત્વચાની પેશીઓનું નિર્માણ બ્લોક છે. તે ત્વચાના સામાન્ય સ્વાસ્થ્ય અને તેની જાતે જ રિપેર કરવાની ક્ષમતા માટે જરૂરી છે. શરીરના સતત પુનઃનિર્માણ કાર્ય માટે પ્રોટી ન એમિનો એસિડમાં વિભાજિત થાય છે. એમિનો એસિડ કોલેજન બનાવવામાં મદદ કરે છે અને ત્વચા-લુબ્રિકેટિંગ સિરામાઇડ્સ બનાવે છે જે ત્વચાને સ્વસ્થ રાખે છે. પ્રોટીન સૂર્ય અને ધૂળના કારણે ત્વચાને થતા નુકસાનને પણ સુધારે છે.

5. ભૂખ ઓછી થાય છે, તૃપ્તિ વધે છે

પ્રોટીન તમને ઓછા ખોરાક સાથે લાંબા સમય સુધી પેટ ભરેલું અનુભવવામાં મદદ કરે છે. ઉચ્ચ પ્રોટીન ખોરાક ખાવાથી ભૂખ-દબાવી દેનારા હોર્મોન પેપ્ટાઇડ ને પ્રોત્સાહન મળે છે. આના કારણે તમને ખાવાની તૃષ્ણા થતી નથી, અને તમારી ભૂખ નિયંત્રિત રહે છે. પ્રોટીન ભૂખ-પ્રેરિત હોર્મોન ઘ્રેલિનના સ્તરને પણ ઘટાડે છે, તેથી તમને મોડી રાત્રે ખાવાની તૃષ્ણા થતી નથી અને તમે આપોઆપ ઓછી કેલરી ખાઓ છો.

6. વધુ કેલરી બર્ન થાય છે

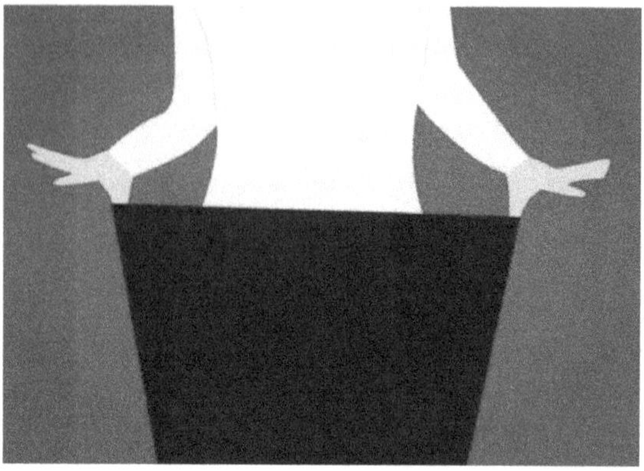

પ્રોટીન તમારા ચયાપચયને વેગ આપે છે. આ એટલા માટે છે કારણ કે આપણા શરીરને ખોરાકને પચાવવા માટે કેલરીની જરૂર હોય છે. પ્રોટીનને પચાવવા માટે જરૂરી કેલરીની સંખ્યા ચરબી અને કાર્બોહાઇડ્રેટ્સ કરતા ઘણી વધારે છે. જ્યારે તમે તમારા આહારમાં કાર્બોહાઇડ્રેટ્સ અને ફૈટને પ્રોટીનથી બદલો છો, ત્યારે તમે ખરેખર સમગ્ર દિવસ દરમિયાન વધુ કેલરી બર્ન કરો છો. આ રીતે તમારું પાચન વધુ કાર્યક્ષમ રહે છે અને તમારું વજન વધુ ઘટે છે.

7. ડાયાબિટીસ નિયંત્રણ માં રહે છે

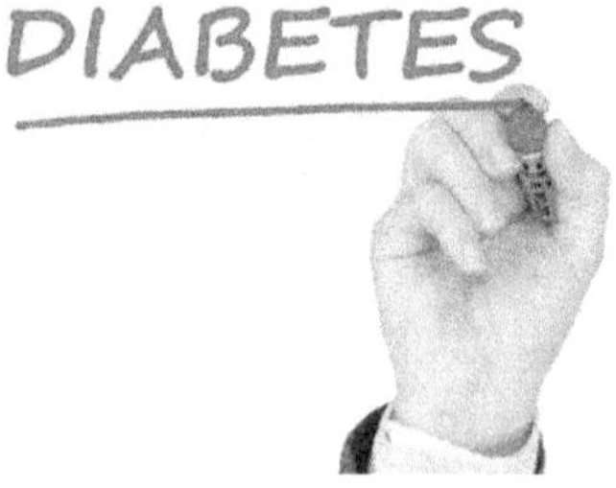

પ્રોટીન થી ભરપૂર અને કાર્બોહાઇડ્રેટ્સ માં ઓછું આહાર ટાઇપ-2 ડાયાબિટી સ ના દર્દીઓને તેમના બ્લડ સુગરનું સ્તર સુધારવામાં મદદ કરે છે. પ્રોટીન કાર્બોહાઇડ્રેટ્સ કરતાં વધુ ધીમે ધીમે ગ્લુકોઝમાં તૂટી જાય છે, પરિણામે, ગ્લુકોઝ લોહીના પ્રવાહમાં પહોંચવામાં વધુ સમય લે છે, જેના કારણે ઇન્સ્યુલિન વધુ ધીમેથી રિલીઝ થાય છે અને શરીરને સ્વસ્થ ગ્લુકોઝ સ્તર જાળવવામાં મદદ કરે છે.

8. બ્લડ પ્રેશર ઓછું રહે છે

ક્લિનિકલ ટ્રાયલ્સ દર્શાવે છે કે પ્રોટીન બ્લડ પ્રેશર ઘટાડે છે. ઉચ્ચ પ્રોટીન આહાર બ્લડ પ્રેશર ઘટાડી ને હૃદય રોગ નું જોખમ ઘટાડે છે. પ્રોટીન ની માત્રામાં વધારો સિસ્ટોલિક બ્લડ પ્રેશર ઘટાડે છે. ફાઈબર અને પ્રોટીન થી ભરપૂર આહાર હાઈ બ્લડ પ્રેશરનું જોખમ 59% ઘટાડી શકે છે.

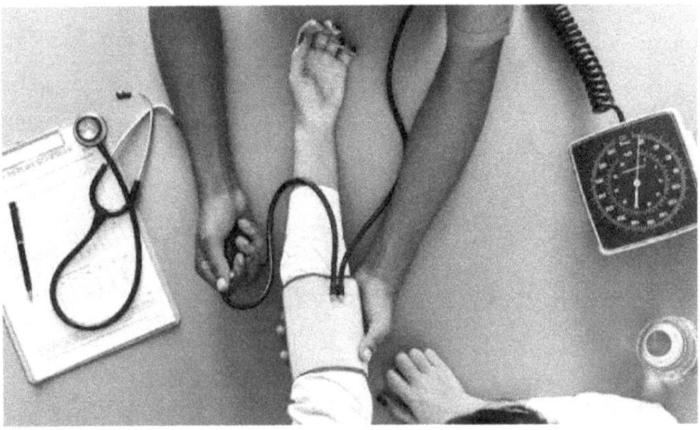

9. હાડકાં સ્વસ્થ રહે છે

ખાસ કરીને મેનોપોઝ પછી સ્ત્રીઓ માટે ઓસ્ટીયોપોરોસીસ એક મોટો ખતરો છે. ઓસ્ટીયોપોરોસીસ ની સારવાર અને નિવારણ માટે હાડકાના સ્વાસ્થ્ય માં સુધારો કરવો મહત્વપૂર્ણ છે. પ્રોટીન એ હાડકાના સ્વાસ્થ્ય માટે એક મહત્વપૂર્ણ પોષક તત્વ છે. કેલ્શિયમને શોષવાની અને હાડકાંને મજબૂત કરવાની શરીરની ક્ષમતા માટે પ્રોટીન મહત્વપૂર્ણ છે. જે લોકો વધુ પ્રોટીન ખાય છે તેઓ ને ઓસ્ટીયોપોરોસીસ અને ફ્રેક્ચરનું જોખમ ઓછું હોય છે અને તેઓ ઉંમર હોવા છતાં હાડકાના જથ્થાને વધુ સારી રીતે જાળવી રાખે છે.

10. વાળ સ્વસ્થ રહે છે

સ્વસ્થ અને મજબૂત વાળ માટે પૂરતા પ્રમાણ માં પ્રોટીનનું સેવન મહત્વપૂર્ણ છે. પ્રોટીન વાળ ના વિકાસને પ્રોત્સાહન આપે છે કારણ કે વાળ ના ફોલિકલ્સ મોટાભાગે પ્રોટીન થી બનેલા હોય છે. પ્રોટીન યુક્ત આહાર શરીર ને કેરાટિન ઉત્પન્ન કરવામાં મદદ કરે છે, જે વાળ ના બંધારણ માટે મૂળભૂત છે. જ્યારે કેરાટિન નબળા પડી જાય છે, ત્યારે વાળ શુષ્ક અને નિર્જીવ બની જાય છે. હેર ફોલ અટકાવવા માટે પ્રોટીન અને આયર્ન થી ભરપૂર ખોરાક લેવો જોઇએ.

નોંધ: તમારા વાળની સમસ્યાનો કાયમી ઉકેલ માટે "સિક્રેટ ઓફ હેલ્ધી હેર" વાંચો.

નિષ્કર્ષ

પ્રોટીન એ શરીર ની મૂળભૂત જરૂરિયાત છે. સમારકામ, ઉત્સેચકો, હોર્મોન્સ અને શરીરના અન્ય રસાયણો બનાવવા માટે પ્રોટીન મહત્વપૂર્ણ છે. સ્વસ્થ જીવન માટે પ્રોટીનનું સેવન વધારવું જોઇએ પરંતુ વધુ પડતી કોઇપણ વસ્તુ સ્વાસ્થ્ય માટે હાનિકારક છે. કિડનીની બિમારીવાળા લોકો માટે વધુ પડતું પ્રોટીન હાનિકારક હોઈ શકે છે. કારણ કે પ્રોટીન ઝડપી વજન ઘટાડવામાં મદદ કરે છે, તેથી તમારા આહારમાં કાર્બોહાઇડ્રેટ્સ અને ફૈટને પ્રોટીનથી સંપૂર્ણપણે બદલવાની સલાહ આપવામાં આવતી નથી. વધારાનું પ્રોટીન પેટનું ફૂલવું, ગેસ, પેટમાં ખેંચાણ અને ઝાડાનું કારણ બની શકે છે.

પ્રકરણ 4

શાકાહારીઓ માટે 10 ઉચ્ચ પ્રોટીન સ્ત્રોતો

પ્રોટીન એ શરીરની પેશીઓ, જેમ કે સ્નાયુઓ, વાળ, હાડકાં, નખનો બિલ્ડીંગ બ્લોક છે. પશુઓમાંથી મેળવેલા પ્રોટીનને ઘણા રોગોનું કારણ માનવામાં આવે છે, જ્યારે છોડ આધારિત પ્રોટીન સાથે આવું થતું નથી. શાકાહારી આહારમાં પ્રોટીનની ઉણપ સામાન્ય છે. કોઇપણ વય અથવા લિંગના માણસો માટે પૂરતા પ્રમાણમાં

પ્રોટીનનું સેવન જરૂરી છે કારણ કે ઉચ્ચ પ્રોટીન આહાર સ્નાયુ સમૂહમાં વધારો કરે છે, ઘા ઝડપથી રૂઝાય છે, સ્વસ્થ ત્વચાને પ્રોત્સાહન આપે છે અને વજન ઘટાડે છે.

શાકાહારીઓ માટે નીચે 10 ઉચ્ચ પ્રોટીન સ્ત્રોતો છે:

1. પનીર ના વ્હેય

પનીર બનાવવાની પ્રક્રિયાના તરલ ભાગને વ્હેય કહેવામાં આવે છે. શાકાહારીઓ માટે વ્હેય એ પ્રોટીનનો ઉત્તમ સ્ત્રોત છે. વજન ઘટાડવાની સાથે, વ્હેય પ્રોટીન અને એમિનો એસિડ પણ પ્રદાન કરે છે જે સ્નાયુઓની વૃદ્ધિ માટે બિલ્ડીંગ બ્લોક તરીકે કામ કરે છે. તમે 200 મિલી ઉકળતા દૂધમાં 2 ચમચી લીંબુનો રસ મિક્સ કરીને સરળતાથી પનીર બનાવી શકો છો. લીંબુનો રસ થી દૂધ ફાટવા લાગશે. છૈના અને પાણી ભાગોને અલગ કરો. સોલિડ ભાગ પનીર છે અને બાકીનું તરલ તમારા વ્હેય છે.

2. મગફળી

મગફળીમાં અન્ય કોઇપણ નટ્સ કરતાં વધુ પ્રોટીન હોય છે. વધુમાં, તેઓ એન્ટીઑકિસડન્ટ, ફાઇબર, આયર્ન અને મેગ્નેશિયમ જેવા હેલ્ધી પોષક તત્વોથી સમૃદ્ધ છે. મગફળીમાં જોવા મળતા ફૈટ એ હેલ્ધી ફૈટ છે, જે એલડીએલ કોલેસ્ટ્રોલ ઘટાડીને હૃદયના સ્વાસ્થ્યને સુધારી શકે છે.

100 ગ્રામ મગફળીમાં 26 ગ્રામ પ્રોટીન હોય છે.

મગફળી ની વાનગીઓ: સાબુદાણા ખીચડી, ક્રન્ચી પીનટ ચોકલેટ બાર, શેકેલી મસાલેદાર મગફળી.

3. રાજમા

રાજમામાં ફેટ ઓછું હોય છે અને તે પ્રોટીનનો ઉત્તમ સ્ત્રોત છે. તે ફાઇબર, વિટામિન્સ અને મિનરલ્સ નો પણ સારો સ્ત્રોત છે. રાજમા માં બધા નવ એમિનો એસિડ હોય છે. તેઓ લાયસિન નામના એમિનો એસિડ નો સારો સ્ત્રોત છે, જે સામાન્ય રીતે અન્ય વનસ્પતિ-આધારિત પ્રોટીન સ્ત્રોતો, જેમ કે અનાજમાં જોવા મળતો નથી.

100 ગ્રામ રાજમામાં 24 ગ્રામ પ્રોટીન હોય છે.

રાજમા ની વાનગીઓ: મેક્સીકન બીન સૂપ, રાજમા કરી, વેજીટેરીયન ચિલી ટાકોસ.

4. ઓટ્સ

ઓટ્સમાં મોટાભાગના અનાજ કરતાં વધુ પ્રોટીન હોય છે. ઓટ્સ પ્રોટીન સોયા પ્રોટીન ની ગુણવત્તામાં લગભગ સમાન છે, જે ડબ્લ્યુએચઓ અનુસાર માંસ, દૂધ

અને ઇંડા પ્રોટીનની સમકક્ષ છે. તમે ઓટ્સ સાથે તમારા આહારમાં સરળતાથી પ્રોટીન ઉમેરી શકો છો.

100 ગ્રામ ઓટ્સમાં 12-24 ગ્રામ પ્રોટીન હોય છે, જે અનાજમાં સૌથી વધુ છે.

ઓટ્સ ની વાનગીઓ: વેજીટેબલ ઓટ્સ કટલેટ, ઓટમીલ કૂકીઝ, ઓટ્સ ઉપમા.

5. બદામ

બદામ પ્રોટીનનો ઉત્તમ સ્ત્રોત છે. તેમાં ફાઇબર અને વિટામિન ઈ પણ ભરપૂર હોય છે, જે ત્વચા માટે ખૂબ જ સારું છે. દરરોજ ઓછામાં ઓછી 10 બદામ માત્ર પ્રોટીન માટે જ નહીં પરંતુ તેના અન્ય સ્વાસ્થ્ય લાભો માટે પણ ખાવી જોઇએ. બદામને આખી રાત પલાળી રાખવાની સલાહ આપવામાં આવે છે કારણ કે પલાળીને રાખવાથી બદામની ત્વચામાં હાજર ટેનીન અને ફાયટીક એસિડનું પ્રમાણ ઘટી જાય છે જે શરીરમાં પોષક તત્વોનું શોષણ અટકાવે છે.

100 ગ્રામ બદામમાં 21 ગ્રામ પ્રોટીન હોય છે.

બદામની વાનગીઓ: બદામ કેક, ડ્રાય ફ્રુટ્સ મિલ્ક શેક, બદામની કૂકીઝ.

6. સફેદ ચણા

સફેદ ચણા એ છોડ આધારિત પ્રોટીનનો સારો સ્રોત છે. સફેદ ચણાની ઘણી વાનગીઓ ઉપલબ્ધ છે જે તમારી સ્વાદની કળીઓને સંતોષી શકે છે તેમજ તમારી દૈનિક પ્રોટીનની જરૂરિયાતને પણ પૂરી કરી શકે છે.

100 ગ્રામ ચણામાં 19 ગ્રામ પ્રોટીન હોય છે.

સફેદ ચણાની વાનગીઓ: હમસ સ્પ્રેડ, ફલાફલ, ચણા મસાલા.

7. રાજગીરા

રાજગીરા એ પ્રોટીનનું પાવરહાઉસ છે. રાજગીરામાં લાયસિન એમિનો એસિડનું પ્રમાણ વધુ હોય છે, જે પ્રોટીન અને અન્ય અનાજમાં ઓછી માત્રામાં જોવા મળે છે. રાજગીરામાં ગ્લુટેન હોતું નથી, જે તેને ગ્લુટેન અસહિષ્ણુ લોકો માટે એક ઉત્તમ અનાજ બનાવે છે. રાજગીરામાં ભરપૂર પ્રમાણમાં ફાઇબર હોય છે અને તે મેંગે નીઝ, મેગ્નેશિ યમ, વિટામિન B6, ફોસ્ફરસ અને આયર્નનો સારો સ્રોત પણ છે.

100 ગ્રામ રાજગીરામાં 14 ગ્રામ પ્રોટીન હોય છે.

રાજગીરા ની વાનગીઓ: રાજગીરા અને નટ્સ લાડુ, રાજગીરા કટલેટ, રાજગીરા અને કિસમિસ કૂકીઝ.

8. ગ્રીક યોગર્ટ

નિયમિત દહીં કરતાં ગ્રીક યોગર્ટ માં પ્રોટીન વધુ હોય છે. મોટાભાગના છાશને દૂર કરવા માટે ગ્રીક યોગર્ટ ને ત્રણ વખત સ્ટ્રેનરમાંથી પસાર કરવામાં આવે છે. તેમાં નિયમિત દહીં કરતાં ઓછા કાર્બોહાઇડ્રેટ્સ હોય છે કારણ કે તેમાંથી છાશ દૂર કરવામાં આવે છે. ગ્રીક યોગર્ટ થિક હોવાને કારણે તેમાં નિયમિત દહીં કરતાં વધુ પ્રોટીન હોય છે.

100 ગ્રામ ગ્રીક યોગર્ટમાં 10 ગ્રામ પ્રોટીન હોય છે.

ગ્રીક યોગર્ટ ની વાનગીઓ: ગ્રીક યોગર્ટ પેનકેક, ગ્રીક યોગર્ટ ડ્રેસિંગ સાથે સલાડ, ગ્રીક યોગર્ટ ની સોસ માં બનાવેલ પાસ્તા.

9. ટોફુ

ટોફુને બીન કર્ડ તરીકે પણ ઓળખવામાં આવે છે. પનીર ની જેમ, ટોફુ સોયા દૂધને ફાડીને, પછી તેને કોગ્યુલેટ કરીને અને પરિણામી ઘન સફેદ પનીર ને બ્લોક્સમાં દબાવીને તૈયાર કરવામાં આવે છે. ટોફુ એ પ્રોટીનનો સૌથી સમૃદ્ધ સ્ત્રોત છે કારણ કે તેમાં તમામ નવ આવશ્યક એમિનો એસિડ હોય છે. તે આયર્ન, કેલ્શિયમ, કોપર, ઝિંક, વિટામિન બી1, ફોસ્ફરસ, મેંગેનીઝ અને સેલેનિયમનો પણ મૂલ્યવાન સ્ત્રોત છે.

100 ગ્રામ ટોફુમાં 8 ગ્રામ પ્રોટીન હોય છે.

ટોફુ ની વાનગીઓ: ટોફુ નગેટ્સ, એશિયન ગાર્લિક ટોફુ, ટોફુ મંચુરિયન.

10. લીલા વટાણા

વટાણા એ સંપૂર્ણ પ્રોટીન છે, જેમાં તમામ નવ આવશ્યક એમિનો એસિડ હોય છે. પ્રોટીનની સાથે વટાણામાં વિટામિન કે નું ઉચ્ચ સ્તર હોય છે. આ સિવાય વટાણા ફાઇબર, વિટામિન એ, વિટામિન સી, આયર્ન, ફોલેટ, થિયામીન અને મેંગેનીઝનો પણ સારો સ્ત્રોત છે.

તાજા અને સૂકા બંને વટાણામાં પ્રોટીનનું પ્રમાણ વધુ હોય છે. તમે સૂકા લીલા વટાણાને પુષ્કળ પાણીમાં આખી રાત અથવા 6-8 કલાક પલાળી શકો છો. પલાળેલા વટાણાનું પાણી ગાળી લો. તેને પ્રેશર કૂકરમાં 2 કપ પાણીમાં પકાવો. હવે તે તમારી રેસિપીમાં ઉપયોગ કરવા માટે તૈયાર છે.

100 ગ્રામ વટાણામાં 6 ગ્રામ પ્રોટીન હોય છે.

લીલા વટાણાની વાનગીઓ: લીલા વટાણાના કટલેટ, વટાણાના ફ્રાઈડ રાઈસ, વટાણા અને ફુદીનાનો સૂપ.

નિષ્કર્ષ

પ્રોટીન એ હાડકાં, સ્નાયુઓ અને નખનો એક મહત્વપૂર્ણ બિલ્ડીંગ બ્લોક છે. આપણા શરીર ને ઉત્સેચકો, હોર્મોન્સ અને શરીરના સમારકામ અને અન્ય રસાયણો બનાવવા માટે પ્રોટીનની જરૂર હોય છે. શાકાહારીઓમાં પ્રોટીનનું અપૂરતું સેવન અસામાન્ય નથી. ઉપર સૂચિબદ્ધ પ્રોટીન સમૃદ્ધ ખોરાક બજારમાં સરળતાથી ઉપલબ્ધ છે અને તમે તેને તમારા આહારમાં સરળતાથી સામેલ કરી શકો છો.

પ્રકરણ 5

10 કારણો થી ફૈટ દુશ્મન નથી. ફૈટ વિશે સત્ય.

શું તમે જાણો છો કે માનવ મગજ લગભગ 60% ફૈટનું બનેલું છે? ફૈટ એવી વસ્તુ નથી જેનાથી આપણે ભાગી જવું જોઇએ. આપણા શરીરને યોગ્ય રીતે કામ કરવા માટે ચોક્કસ માત્રામાં ફૈટની જરૂર હોય છે. બધા ફૈટ ખરાબ હોતા નથી, તેવી જ

રીતે બધા ફૈટ સારા પણ હોતા નથી. ચાલો જોઇએ કે કયા પ્રકારના ફૈટ આપણા મિત્રો છે અને કઇ ફૈટ આપણા દુશ્મન છે.

ચરબી (ફૈટ) ના પ્રકાર:

ટ્રાન્સ ફૈટ

ટ્રાન્સ ફૈટ એ સૌથી ખરાબ પ્રકારના ફૈટ છે. હાઇડ્રોજનેશન પ્રક્રિયાનો ઉપયોગ હેલ્ધી તેલને ઘન બનાવવા માટે કરવામાં આવે છે જેથી કરીને તેને રેન્સિફાઇંગ ન થાય, અને આ પ્રક્રિયાની આડપેદાશ ટ્રાન્સ ફૈટ છે. ટ્રાન્સ ફૈટના કોઇ જાણીતા સ્વાસ્થ્ય લાભો નથી. ટ્રાન્સ ફૈટની હાજરી જાણવા માટે તમારા તૈયાર ફૂડ નું પેકેટો પર આપેલ પોષક મૂલ્ય તપાસો. દરરોજ માત્ર 2% ટ્રાન્સ ફૈટનું સેવન કરવાથી હ્દય રોગનું જોખમ 23% વધી જાય છે.

ટ્રાન્સ ફૈટ ધરાવતો ખોરાક:

- માર્જરિન
- ફ્રેન્ચ ફ્રાઇસ
- વેજિટેબલે શોર્ટનિંગ
- પેસ્ટ્રીઝ
- કૂકીઝ

સેચ્યુરેટેડ ફૈટ

સેચ્યુરેટેડ ફૈટ ઓરડાના તાપમાને ઘન હોય છે. સેચ્યુરેટેડ ફૈટ યુક્ત આહાર વધુ હાનિકારક એલડીએલ કોલેસ્ટ્રોલ વધારી શકે છે, જે હ્દય અને શરીરમાં અવરોધો બનાવે છે. સેચ્યુરેટેડ ફૈટ નો ઉપયોગ મધ્યસ્થતામાં થવો જોઇએ અને સેચ્યુરેટેડ ફૈટ ના સેવન દરરોજ 10% કરતા ઓછું મર્યાદિત કરો.

સંતૃપ્ત (સેચ્યુરેટેડ) ફૈટ ના સામાન્ય સ્ત્રોતો:

- સંપૂર્ણ ફૈટયુક્ત દૂધ
- ચીઝ
- નાળિયેર તેલ

મોનોઅનસેચ્યુરેટેડ અને પોલીઅનસેચ્યુરેટેડ ફેટ

મોનોઅનસેચ્યુરેટેડ અને પોલીઅનસેચ્યુરેટેડ ફેટ હેલ્ધી ફેટ છે. હેલ્ધી ફેટ ઓરડાના તાપમાને પ્રવાહી હોય છે. આ ફેટ મુખ્યત્વે શાકભાજી અને ડ્રાય ફ્રૂઇટ્સ માં જોવા મળે છે. કોષ પટલ બનાવવા અને ચેતાને ઢાંકવા માટે શરીર પોલીઅનસેચ્યુરેટેડ ફેટ નો ઉપયોગ કરે છે. આ ફેટ લોહી ગંઠાઇ જવા, સ્નાયુઓ અને બળતરા માટે પણ અસરકારક છે.

સ્વસ્થ ફેટ ના બે વ્યાપક શ્રેણીઓ છે:

મોનોઅનસેચ્યુરેટેડ ફેટ
પોલીઅનસેચ્યુરેટેડ ફેટ

મોનોઅનસેચ્યુરેટેડ ફેટના સારા સ્રોત:

- એક્સટ્રા વર્જિન ઓલિવ ઓઇલ
- સૂર્યમુખી તેલ
- મગફળીનું તેલ
- કેનોલા તેલ
- કુસુમ તેલ
- એવોકાડો
- ડ્રાય ફ્રૂઇટ્સ

પોલીઅનસેચ્યુરેટેડ ફૈટમાં ઓમેગા-3 ફેટી એસિડ અને ઓમેગા-6 ફેટી એસિડનો સમાવેશ થાય છે. સેચ્યુરેટેડ ફૈટ અથવા અત્યંત રિફાઇન્ડ કાર્બોહાઇડ્રેટ્સના સ્થાને પોલીઅનસેચ્યુરેટેડ ફૈટ ખાવાથી હાનિકારક LDL કોલેસ્ટ્રોલ ઘટે છે, અને કોલેસ્ટ્રોલ પ્રોફાઇલમાં સુધારો થાય છે. તે ટ્રાઇગ્લિસરાઇડ્સ પણ ઘટાડે છે.

ઓમેગા-3 ફેટી એસિડના સારા સ્રોત છે:

- ડીહાઇડ્રેટેડ સોયાબીન તેલ
- ફ્લેક્સસીડ
- અખરોટ
- કેનોલા તેલ

ઓમેગા -6 ફેટી એસિડ્સ હૃદય રોગ સામે રક્ષણ સાથે જોડાયેલા છે.

ઓમેગા-6 ફેટી એસિડના સારા સ્રોત છે:

- મકાઈનું તેલ
- સૂર્યમુખી તેલ
- કુસુમ તેલ
- સોયાબીન તેલ
- અખરોટ

નીચે 10 કારણો છે કે શા માટે ફૈટ દુશ્મન નથી:

1. મગજના સ્વાસ્થ્ય માટે ફૈટ મહત્વપૂર્ણ છે

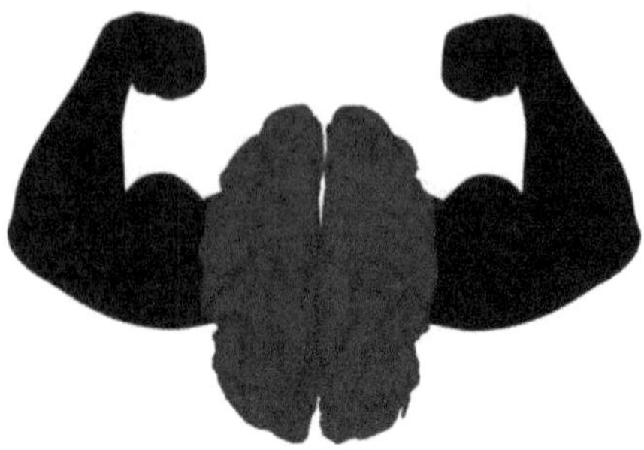

મગજના સ્વાસ્થ્ય માટે ફૈટ જરૂરી છે. મગજ 60% ફૈટ થી બનેલું છે, જેનો મોટો ભાગ ડોકોસાહેક્સેનોઇક એસિડ (DHA) અથવા ઓમેગા-3 ફૈટનો છે.

આવશ્યક વિટામિન્સ જેમ કે A, D, E અને K પાણીમાં દ્રાવ્ય નથી. શરીરમાં તેના શોષણ અને પરિવહન માટે ફૈટ જરૂરી છે. આ વિટામિન્સ મગજ અને આપણા ઘણા મહત્વપૂર્ણ અંગોના સ્વાસ્થ્ય માટે ખૂબ જ મહત્વપૂર્ણ છે.

વિટામિન ડી અલ્ઝાઇમર, પાર્કિન્સન, ADHD અને અન્ય મગજની વિકૃતિઓનું જોખમ ઘટાડે છે, અને ઓમેગા-3 જ્ઞાનાત્મક કાર્યને તીક્ષ્ણ બનાવવાની સાથે મૂડને સુધારવામાં મદદ કરે છે.

2. સારી ત્વચા માટે

મોટાભાગના કોષ પટલ ફૈટથી બનેલા હોય છે અને આપણી ત્વચા મોટી સંખ્યામાં કોષોથી બનેલી હોય છે. ફૈટના યોગ્ય સેવન વિના, આપણી ત્વચા શુષ્ક અને નિર્જીવ બની જાય છે, જે આપણા શરીરમાં ચેપનો પ્રવેશ કરવાનો માર્ગ પણ ખોલી શકે છે.

3. ફૈટ રોગપ્રતિકારક શક્તિને વધારે છે

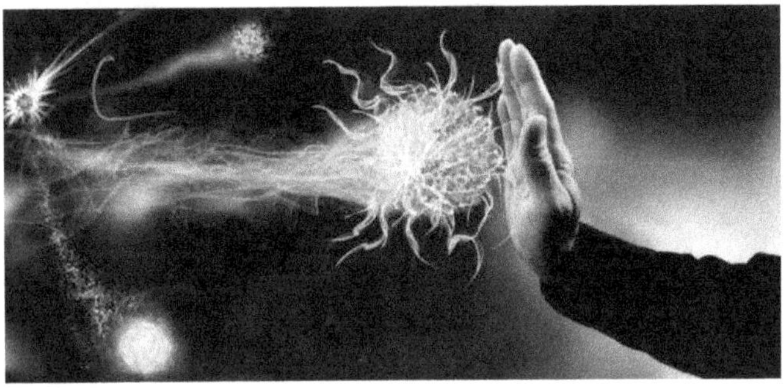

સ્વસ્થ રોગપ્રતિકારક શક્તિ માટે આપણને ફૈટની જરૂર હોય છે. સેચ્યુરેટેડ ફૈટ અહીં ખાસ કરીને મહત્વની ભૂમિકા ભજવે છે કારણ કે તેમાંની પૂરતી માત્રા રોગપ્રતિકારક તંત્રને બાહ્ય આક્રમણકારોને ઓળખવામાં અને પછી તેનો નાશ કરવામાં મદદ કરે છે.

4. ફૈટ ફેફસાંની યોગ્ય કામગીરીમાં મદદરૂપ છે

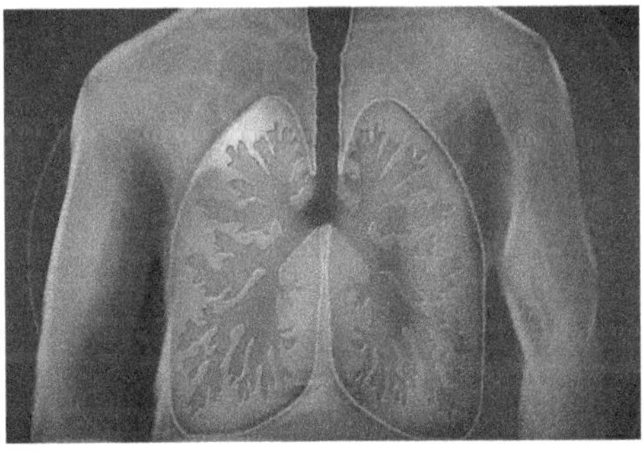

ફેફસાંને આવરી લેતું પાતળું પડ 100 ટકા ફૈટનું બનેલું છે. આ રક્ષણાત્મક સ્તરને સુરક્ષિત રાખવા માટે તમારે ફૈટની જરૂર છે, અન્યથા તમે શ્વાસની તકલીફથી પીડાઇ શકો છો.

5. ફેટ હ્રદય માટે સારી છે

અનસેચ્યુરેટેડ ફેટ હ્રદય માટે સારા છે કારણ કે તે બ્લડ પ્રેશર ઘટાડવામાં મદદ કરે છે અને તમારા લોહીમાં ટ્રાઇગ્લિસરાઇડ્સ નામની ચરબીના પ્રકારને ઘટાડીને તમારી ધમનીઓમાં તકતીના નિર્માણને ધીમું કરે છે. તમારા આહારમાં સેચ્યુરેટેડ ફેટને પોલીઅનસેચ્યુરેટેડ અથવા મોનોઅનસેચ્યુરેટેડ ફેટ સાથે બદલવાથી તમારા હ્રદય રોગના જોખમને 25% સુધી ઘટાડી શકાય છે.

6. ફેટ તમને વજન ઘટાડવામાં મદદ કરી શકે છે (હા, તમે સાચું વાંચો છો)

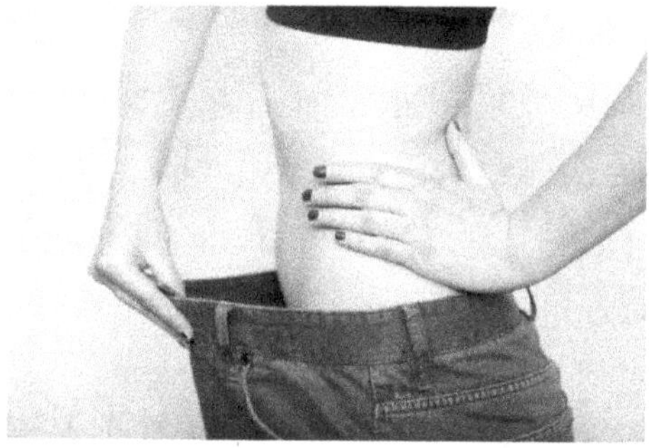

ભૂખ્યા કોષોને કારણે વજન વધે છે. જ્યારે તમે તમારી કેલરીને પ્રતિબંધિત કરો છો, ત્યારે તમારું શરીર સ્ટારવેશન મોડમાં જાય છે જે કેલરીનો સંગ્રહ કરે છે અને ફેટનો સંગ્રહ કરે છે. જ્યારે તમે તમારા શરીરને યોગ્ય ખોરાક અને હેલ્ધી ફેટ્સ આપો છો, ત્યારે તમારું પાચન સક્રિય રહે છે અને તમે વધુ સારી રીતે વજન ઘટાડી શકો છો.

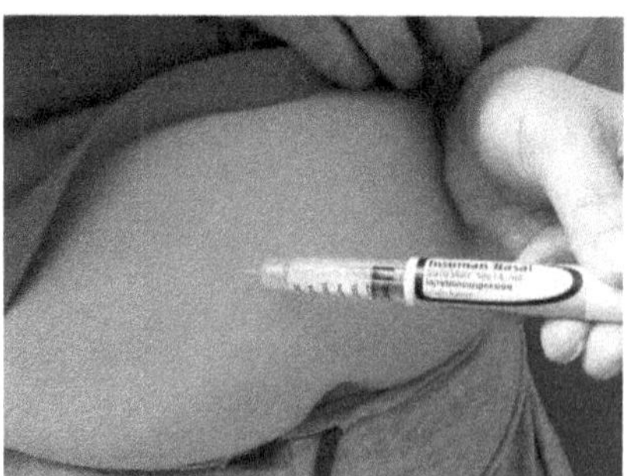

7. યોગ્ય ઇન્સ્યુલિન રિલીઝ માટે

નાળિયેર તેલ અને માખણ જેવી વસ્તુઓમાં જોવા મળતી સેચ્યુરેટેડ ફેટ સિગ્નલિંગ મેસેન્જર્સ પર કાર્ય કરીને યોગ્ય ચેતા સંકેતને સમર્થન આપે છે.

આ સંદેશવાહકો ચયાપચયને સીધી અસર કરે છે, તેમજ ઇન્સ્યુલિનના રિલીઝ ને નિયંત્રિત કરે છે.

8. મજબૂત હાડકાં અને ઓસ્ટીયોપોરોસીસનું જોખમ ઓછું કરવા માટે

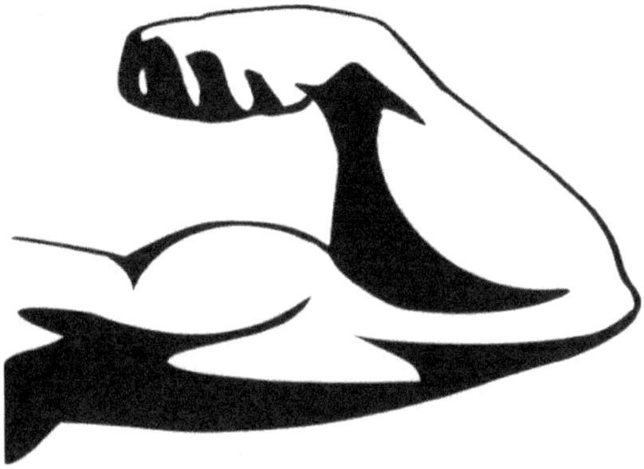

હાડકાની રચના માટે મહત્વપૂર્ણ વિટામિન્સ, જેમ કે વિટામીન A, D, E, અને K, ફૈટ માં દ્રાવ્ય હોય છે, એટલે કે તેને શોષવા માટે શરીરમાં ચરબીની હાજરીની જરૂર હોય છે. એ જ રીતે, કેલ્શિયમ જેવા ખનિજોને પણ પચવા માટે ચરબીની જરૂર પડે છે. જો તમે પર્યાપ્ત ચરબીનું સેવન ન કરો, તો આ આવશ્યક વિટામિન્સ અને ખનિજો તમારા શરીરમાં શોષાશે નહીં.

9. સારા રિપ્રોડકટીવ સ્વાસ્થ્ય માટે

સ્વસ્થ કોષ પટલના નિર્માણ માટે ફૈટ જરૂરી છે. તેઓ હોર્મોનલ સ્વાસ્થ્ય માટે પણ મહત્વપૂર્ણ છે. સેક્સ હોર્મોન્સ - ટેસ્ટોસ્ટેરોન, એસ્ટ્રોજન, પ્રોજેસ્ટેરોન -

બધા કોલેસ્ટ્રોલમાંથી બને છે. તમારા આહારમાં ઓછી ફૈટ નું સેવન કરવાથી હાઇપોથાઇરોડિઝમ, માસિક અનિયમિતતા અને પુરૂષોમાં ટેસ્ટોસ્ટેરોનનું ઓછું સ્તર જેવી હોર્મોનલ સમસ્યાઓનું જોખમ વધી જાય છે.

10. આંખના સારા સ્વાસ્થ્ય માટે

ઓમેગા-3 ફૈટ સૂકી આંખોથી પીડાતા લોકોને વધુ આંસુ ઉત્પન્ન કરવામાં મદદ કરે છે. આંસુની અછત આંખોમાં શુષ્કતા, અસ્વસ્થતા અને કેટલીકવાર અસ્પષ્ટ દ્રષ્ટિનું કારણ બની શકે છે. ઓમેગા-3 ફૈટ માં બળતરા વિરોધી ગુણધર્મો હોય છે જે ડાયાબિટીક રેટિનોપેથીને રોકવામાં મહત્વપૂર્ણ ભૂમિકા ભજવે છે.

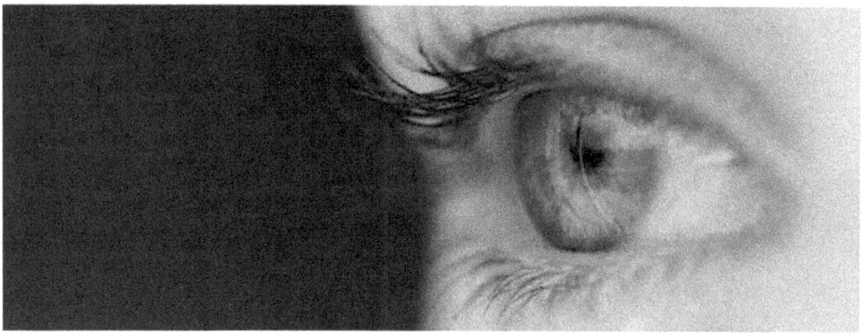

નિષ્કર્ષ

એમાં કોઇ શંકા નથી કે દરેક પ્રકારની ફૈટ સ્વાસ્થ્ય માટે સારી નથી હોતી, પરંતુ સાથે સાથે અમુક પ્રકારના ફૈટ આપણા સ્વાસ્થ્ય માટે જરૂરી છે. તમે જેટલું કરી શકો તેટલું મોનોઅનસેચ્યુરેટેડ અને પોલીઅનસેચ્યુરેટેડ ફૈટ નો ઉપયોગ કરવાનો પ્રયાસ કરો અને સંતૃપ્ત ફૈટ (સેચુરેટેડ ફૈટ) ના તમારા વપરાશ ને 10% કરતા ઓછા સુધી મર્યાદિત કરો. માખણને એક્સ્ટ્રા વર્જિન ઓલિવ ઓઇલ થી બદલો અને ફ્રેન્ચ ફ્રાઇસ ને નટ્સ થી બદલો. આહારમાં આ નાના ફેરફારો તમને સ્વસ્થ અને લાંબુ આયુષ્ય આપશે.

પ્રકરણ 6

10 હેલ્ધી ફૈટ ફૂડ્સ તમારે ખાવું જોઇએ

દાયકાઓથી, ફૈટ ને વજન વધવા, હૃદયની બીમારીઓ અને અન્ય ઘણી બીમારીઓનું કારણ માનવામાં આવે છે, પરંતુ હવે સમય આવી ગયો છે કે તમે સમજો કે દરેક પ્રકારના ફૈટ ખરાબ નથી હોતા. જો તમે ફૈટને ટાળી રહ્યા છો પરંતુ ખાંડ, રિફાઇન્ડ અને પ્રોસેસ્ડ કાર્બોહાઇડ્રેટ્સના વપરાશ પર કોઇ નિયંત્રણ

નથી, તો તે તમારા સ્વાસ્થ્ય માટે વધુ જોખમી છે. ફૈટ માત્ર ઉર્જાનો સંગ્રહ જ નથી કરતા પણ તમારા મહત્વપૂર્ણ અંગોનું રક્ષણ પણ કરે છે. હકીકતમાં, હેલ્ધી ફૈટ તમારા હૃદયને સ્વસ્થ બનાવે છે, કોલેસ્ટ્રોલનું સ્તર સુધારે છે અને તમારી ત્વચા અને વાળને ચમકદાર બનાવીને તમારી સુંદરતામાં વધારો કરે છે.

હવે સવાલ એ થાય છે કે કયા ફૈટ હેલ્ધી છે? તમે સારી ફૈટ અને ખરાબ ફૈટ વચ્ચે કેવી રીતે તફાવત કરશો? જવાબ સરળ છે, મોનોઅનસેચ્યુરેટેડ અને પોલીઅનસેચ્યુરેટેડ ફૈટ જેવા અસંતૃપ્ત (અનસેચ્યુરેટે) ફૈટ થી સમૃદ્ધ ખોરાક ખાઓ પરંતુ સંતૃપ્ત (સેચ્યુરેટે) ફૈટ અને ટ્રાન્સ ફૈટ ટાળો. તમારા દૈનિક આહારમાં ફૈટનો વપરાશ 30% કરતા ઓછો હોવો જોઇએ, જેમાં 20% મોનોઅનસેચ્યુરેટેડ અને પોલીઅનસેચ્યુરેટેડ ફૈટ અને 10% થી ઓછી સંતૃપ્ત ફૈટ હોવી જોઇએ. ટ્રાન્સ ફૈટને સંપૂર્ણ પણે ટાળો.

નીચે મેં ટોચના 10 હેલ્ધી ફૈટ ના સ્રોતોની યાદી આપી છે જે તમારે સ્વાસ્થ્ય અને પોષણ લાભો માટે ખાવી જોઇએ.

1. ઘી

આયુર્વેદ અનુસાર ગાયના દૂધમાંથી બનેલા ઘી થી ઘણા સ્વાસ્થ્ય લાભ થાય છે. ગાયનું ઘી આવશ્યક પોષક તત્વો, ફેટી એસિડ્સ, એન્ટીઓક્સીડેન્ટ્સ થી ભરપૂર છે. તેમાં એન્ટિબેક્ટેરિયલ, એન્ટિફંગલ અને એન્ટિવાયરલ ગુણ છે. ઘી કન્જુગેટેડ લિનોલીક એસિડ (CLA) નામના ફેટી એસિડના એક પ્રકારથી સમૃદ્ધ છે, જે કેન્સર, ડાયાબિટીસ અને ધમનીની તકતી સામે રક્ષણાત્મક હોવાનું દર્શાવવામાં આવ્યું છે. યાદશક્તિ અને બુદ્ધિ વધારવા માટે ઘી મગજના ટોનિક તરીકે ઓળખાય છે. તે થાઈરોઇડની તકલીફને દૂર કરવા માટે ફાયદાકારક છે. તેનો ઉપયોગ ઘાવ, હોઠ અને મોં પરના અલ્સરને મટાડવા માટે થાય છે. તે અનિદ્રાને પણ મટાડે છે અને સાંધાના લુબ્રિકેશન માટે શ્રેષ્ઠ છે.

ઘી માં સ્મોકિંગ પોઇન્ટ ખૂબ જ ઊંચું હોય છે, જેનો અર્થ છે કે ઘી ઊંચા તાપમાને પણ બગડતું નથી અને તે તમામ મહત્વપૂર્ણ પોષક તત્વોને જાળવી રાખે છે જે અદ્ભુત સ્વાસ્થ્ય લાભો પ્રદાન કરે છે. ઘી એ વિટામિન A, E અને K નો સમૃદ્ધ

સ્ત્રોત છે, જે તમારી ત્વચાને ચમકદાર અને તમારી દ્રષ્ટિને સ્વસ્થ રાખે છે. ઘીમાં મળતું વિટામિન K ધમનીઓમાં કેલ્શિયમના સંચયને રોકવામાં મદદ કરે છે જેથી રક્ત પ્રવાહમાં અવરોધ ન આવે. જો તમે તમારું વજન વધારવા માંગતા નથી તો ઘીનું સેવન ઓછી માત્રામાં કરો. દિવસમાં 1 ચમચી (15 ગ્રામ) ઘી એ ઘીના તમામ સ્વાસ્થ્ય લાભો પૂરા પાડવા માટે પૂરતું છે.

2. એક્સ્ટ્રા વર્જિન ઓલિવ ઓઇલ

એક્સ્ટ્રા વર્જિન ઓલિવ ઓઇલ એ વિશ્વના સૌથી આરોગ્યપ્રદ તેલમાંનું એક છે. દરરોજ 2 ચમચી એક્સ્ટ્રા વર્જિન ઓલિવ ઓઇલનું સેવન કરવાથી તેમાં જોવા મળતી મોનોઅનસેચ્યુરેટેડ ફૈટ ને કારણે હૃદયરોગનું જોખમ ઘટાડી શકાય છે. એક્સ્ટ્રા વર્જિન ઓલિવ ઓઇલ શક્તિશાળી એન્ટીઑક્સિડન્ટ થી ભરેલું છે જે ઓક્સિડેશનને અટકાવીને શરીરમાં મુક્ત રેડિકલની રચનાને અટકાવે છે અને ક્રોનિક રોગો અને કેન્સરનું જોખમ ઘટાડે છે.

એક્સ્ટ્રા વર્જિન ઓલિવ ઓઇલ નો ઉપયોગ ઊંચા તાપમાને (જેમ કે ડીપ ફ્રાઇંગ) પર રાંધવા માટે ન કરવો જોઇએ કારણ કે તે અન્ય તેલ કરતાં વધુ ઝડપથી ઓક્સિડાઇઝ થાય છે.

3. નાળિયેર અને નાળિયેર તેલ

લગભગ 89% સેચ્યુરેટે ફૈટ હોવા છતાં, નાળિયેરને હેલ્ધી ફૈટ માનવામાં આવે છે કારણ કે તેમાં લૌરિક એસિડ હોય છે. લૌરિક એસિડ એ સેચ્યુરેટે ફેટી એસિડ છે જેમાં 12-કાર્બન સાંકળ હોય છે. તેમાં એન્ટિબેક્ટેરિયલ, એન્ટિવાયરલ અને

એન્ટિમાઇક્રોબાયલ ગુણ છે. આ સંભવતઃ ચેપને રોકવામાં મદદ કરે છે. નારિયેળ તેલ તમારી ત્વચા અને વાળ માટે સારું છે.

તેમાં રહેલા એન્ટીઑક્સિડન્ટોના કારણે, નાળિયેર તેલમાં બળતરા વિરોધી ગુણધર્મો હોય છે જે સંધિવાના લક્ષણોને ઘટાડવામાં મદદ કરી શકે છે. નાળિયેર તેલમાં સેચ્યુરેટે ફૈટ એચડીએલનું સ્તર (સારા કોલેસ્ટ્રોલ) વધારે છે અને હૃદયના સ્વાસ્થ્યને પ્રોત્સાહન આપે છે પરંતુ તે એલડીએલ (ખરાબ કોલેસ્ટ્રોલ) પણ વધારે છે, તેથી તેનો ઉપયોગ સંયમિત રીતે કરવો જોઈએ.

4. એવોકાડો

એવોકાડો વિટામિન B કોમ્પ્લેક્સ, વિટામિન K, વિટામિન C અને વિટામિન E થી ભરપૂર છે. તે ફાયટોસ્ટે રો લ્સ અને કેરોટીનોઇડ જેવા કે લ્યુટીન અને ઝેક્સાન્થિનથી પણ સમૃદ્ધ છે. આ કેરોટીનોઇડ્સ શરીરમાં વિટામિન A માં

રૂપાંતરિત થાય છે અને આંખોમાં પ્રવેશતા હાનિકારક વાદળી પ્રકાશને શોષીને આંખોને રોગોથી બચાવવાની ક્ષમતા ધરાવે છે. એવોકાડોમાં હાજર વિટામિન K શરીરમાં કેલ્શિયમનું શોષણ વધારીને હાડકાંને સ્વસ્થ બનાવે છે.

એવોકાડોમાં જોવા મળતા ફાઇબર પાચનક્રિયાને સુધારે છે. એવોકાડોમાં લગભગ 75% ફૈટ હોય છે, જેમાંથી મોટાભાગની MUFAs (લગભગ 65%) - ઓલીક એસિડ, લિનોલીક એસિડના સ્વરૂપમાં મોનોઅનસેચ્યુરેટેડ ફૈટ હોય છે. આ મોનોઅનસેચ્યુરેટેડ ફૈટ હૃદય રોગ, હાઇ બ્લડ પ્રેશર અને ડાયાબિટીસનું જોખમ ઘટાડે છે.

5. ફ્લેક્સસીડ્સ

અળસી માં આલ્ફા-લિનોલેનિક એસિડ (ALA) નામના અનસેચ્યુરેટે ઓમેગા-3 ફેટી એસિડ નું પ્રમાણ વધુ હોય છે જે બ્લડ પ્રેશર માં સુધારો કરીને હૃદય રોગ સામે રક્ષણ આપે છે. માત્ર એકથી બે ચમચી ફ્લેક્સસીડ સ્વાસ્થ્ય લાભ માટે પૂરતું છે.

ફ્લેક્સસીડ માં દ્રાવ્ય અને અદ્રાવ્ય બંને ફાઇબર હોય છે, જે તમને લાંબા સમય સુધી પેટ ભરેલું અનુભવવામાં મદદ કરે છે અને વજન ઘટાડે છે તેમજ કોલેસ્ટ્રોલનું સ્તર ઘટાડે છે. ફ્લેક્સસીડ નું નિયમિત સેવન તમારી ત્વચા અને હૃદય માટે સારું છે. ફ્લેક્સસીડ માં પ્રોટીન, મેગ્નેશિયમ, કેલ્શિયમ, ફોસ્ફરસ, ઓમેગા-3 અને લિગ્નીન જેવા અન્ય પોષક તત્વો હોય છે. ફ્લેક્સસીડ માં જોવા મળતા લિગ્નાન્સ માં એન્ટીઑકિસડન્ટ ગુણ હોય છે જે કેન્સરને અટકાવે છે.

6. કાળા તલ

કાળા તલમાં અસંતૃપ્ત (અનસેચ્યુરેટેડ) ફેટી એસિડ નું પ્રમાણ વધુ હોય છે અને સંતૃપ્ત (સેચ્યુરેટેડ) ફેટી એસિડ નું પ્રમાણ ઓછું હોય છે. પરંપરાગત ચાઇનીઝ દવાઓ અનુસાર કાળા તલને એન્ટી એજિંગ માટે શ્રેષ્ઠ ખોરાકમાંનો એક ગણવામાં આવે છે. તલ માં કેલ્શિયમ, મેગ્નેશિયમ અને કોપર જેવા હાડકાના નિર્માણ માટેના ખનિજો હાજર છે.

કાળા તલમાં હાજર ઓલિક એસિડ અને લિનોલીક એસિડ ત્વચાને નરમ બનાવે છે અને કોષોના પુનર્જીવનને પ્રોત્સાહન આપે છે, જેનાથી ત્વચાના સ્વાસ્થ્યમાં સુધારો થાય છે. કાળા તલમાં આયર્ન ભરપૂર માત્રામાં હોય છે, જે આયર્નની ઉણપનો એનિમિયા રોકવામાં મદદ કરે છે.

7. અખરોટ

અખરોટ, મોટાભાગના નટ્સ થી વિપરીત, પોલીઅનસેચ્યુરેટેડ ફેટ અને ઓમેગા-3 ફેટ થી સમૃદ્ધ છે, ખાસ કરીને આલ્ફા-લિનોલેનિક એસિડ (એએલએ), લિનોલીક એસિડ અને ઓલિક એસિડ જે હૃદય રોગ સામે રક્ષણ કરવામાં મદદ કરે છે.

મગજની સારી કામગીરી અને સારી યાદશક્તિ માટે અખરોટ ખાઓ. અખરોટ બ્લડ પ્રેશર ઘટાડવામાં મદદ કરે છે. અખરોટમાં રહેલા એન્ટીઑકિસડન્ટ અન્ય

નટ્સ કરતાં ઉચ્ચ ગુણવત્તાના હોય છે. અખરોટના બળતરા વિરોધી ગુણો સ્તન અને પ્રોસ્ટેટ કેન્સરનું જોખમ ઘટાડે છે.

8. બદામ

બદામમાં મોનોઅનસેચ્યુરેટેડ અને પોલીઅનસેચ્યુરેટેડ ફૈટ હોય છે જે કોલેસ્ટ્રોલના સ્તર પર નોંધપાત્ર હકારાત્મક અસર કરે છે.

બદામમાં રહેલા પ્રોટીન અને ફાઇબરને કારણે, તે સ્નેક્સ ની શ્રેષ્ઠ પસંદગી છે, કારણ કે મુઠ્ઠીભર બદામ ઓછામાં ઓછા થોડા કલાકો માટે તમારી ભૂખને સંતોષી શકે છે, જેનાથી સફળતાપૂર્વક વજન ઘટાડવાની તકો વધી જાય છે. બદામમાં જોવા મળતા બાયોટિન (વિટામિન એ) વાળના સ્વાસ્થ્યને સુધારે છે. બદામ વિટામીન E અને એન્ટી-ઓક્સિડન્ટ્સ નો સારો સ્ત્રોત છે જે ત્વચાના સ્વાસ્થ્ય ને સુધારે છે.

9. ડાર્ક ચોકલેટ

ડાર્ક ચોકલેટ ફ્લેવેનોલ્સનો ઉત્તમ સ્ત્રોત છે. ફ્લેવોનોલ્સ એક શક્તિશાળી એન્ટી-ઓક્સિડન્ટ છે જે બ્લડ પ્રેશર ઘટાડવાની ક્ષમતા ધરાવે છે અને હૃદયમાં વધુ લોહીનો પ્રવાહ કરે છે, જેનાથી હૃદયની હેલ્થ સુધરે છે. ડાર્ક ચોકલેટમાં કુલ ચરબીનો અડધો ભાગ સંતૃપ્ત હોવા છતાં, તેમાં વિટામિન એ, બી અને ઇ, આયર્ન, કેલ્શિયમ, પોટેશિયમ, મેગ્નેશિયમ હોય છે.

વધુમાં, ડાર્ક ચોકલેટ જ્ઞાનાત્મક સ્વાસ્થ્યને સુધારવામાં મદદ કરે છે, પરંતુ ફ્લેવોનોઇડ્સના ઉચ્ચતમ સ્તરો માટે 70 ટકા કોકો ધરાવતી ચોકલેટ પસંદ કરવાની ખાતરી કરો અને દૂધની ચોકલેટને ટાળો, જે ખાંડ અને ડેરીથી ભરેલી હોય છે.

10. ડેરી

ગાયનું દૂધ હાડકાં માટે સારું છે કારણ કે તે કેલ્શિયમનો ઉત્તમ સ્ત્રોત છે, જે તંદુરસ્ત હાડકાં અને દાંત માટે જરૂરી ખનિજો પણ પૂરો પાડે છે. ગાયનું દૂધ પોટેશિયમનો પણ સ્ત્રોત છે, જે બ્લડ પ્રેશર અને હૃદય રોગનું જોખમ ઘટાડે છે.

ઉપલબ્ધ ચીઝના કેટલાક વિકલ્પો આરોગ્યપ્રદ છે કારણ કે તે શરીરની કેલ્શિયમ અને પોટેશિયમની જરૂરિયાતને પૂર્ણ કરે છે. પનીર, ફેટા અને રિકોટા ચીઝ ટોચની હેલ્ધી ચીઝ પસંદગીઓ છે.

પ્રોબાયોટિક દહીં આંતરડાને સ્વસ્થ રાખવામાં અને પાચનતંત્રને મજબૂત બનાવવામાં મદદ કરે છે. પ્રોબાયોટિક દહીં તમારા આંતરડામાં સારા બેક્ટેરિયાને વધારે છે જે એકંદર આરોગ્યને પ્રોત્સાહન આપે છે. પ્રોબાયોટિક દહીંનું દૈનિક સેવન તમારી રોગપ્રતિકારક શક્તિને વધારે છે અને કોલેસ્ટ્રોલનું સ્તર ઘટાડે છે.

નિષ્કર્ષ

ફેટ એ આહારની મહત્વપૂર્ણ જરૂરિયાત છે. સ્વસ્થ ફેટ માત્ર ઉર્જા પ્રદાન કરતી નથી પરંતુ શરીરના અંગોને આંચકા સામે ઇન્સ્યુલેટ કરીને આપણા મહત્વપૂર્ણ અવયવોનું રક્ષણ પણ કરે છે. ફેટમાં દ્રાવ્ય વિટામીન જેમ કે વિટામીન A, D, E અને K માત્ર ફેટ સાથે મળીને જ પાચન અને શોષાય છે. આ સાબિત કરે છે કે ફેટ આપણો દુશ્મન નથી. આજથી જ તમારા આહારમાં સ્વસ્થ ફેટનો સમાવેશ કરવાનું શરૂ કરો. હેપ્પી ઇટિંગ!

પ્રકરણ 7

10 કારણ કે તમારે ક્યારેય કાર્બોહાઇડ્રેટ ખાવાનું બંધ ન કરવું જોઇએ

કાર્બોહાઇડ્રેટ્સનું મુખ્ય કાર્ય શરીર અને મગજને ઊર્જા પ્રદાન કરવાનું છે. જેમ તમારી કાર ને ચલાવવા માટે પેટ્રોલની જરૂર હોય છે, તેમ તમારા શરીરને કામ કરવા માટે કાર્બોહાઇડ્રેટ્સ ની જરૂર હોય છે.

કાર્બોહાઇડ્રેટ્સ/કાર્બ્સ શું છે?

પ્રોટીન અને ફૈટ સાથે કાર્બોહાઇડ્રેટ્સ ત્રણ મેક્રોન્યુટ્રિઅન્ટ્સ માંથી એક છે. આ બધું તમારા શરીર માટે દરરોજ જરૂરી છે. કાર્બોહાઇડ્રેટ્સ ના ત્રણ મુખ્ય પ્રકાર છે: સ્ટાર્ચ, ફાઇબર અને ખાંડ.

સ્ટાર્ચને ઘણીવાર જટિલ કાર્બોહાઇડ્રેટ્સ તરીકે ઓળખવામાં આવે છે. તેઓ અનાજ, કઠોળ અને સ્ટાર્ચયુક્ત શાકભાજી, જેમ કે બટાકા અને મકાઇ માં જોવા મળે છે. (પસંદગીનું કાર્બોહાઇડ્રેટ)

ખાંડને સરળ કાર્બોહાઇડ્રેટ તરીકે ઓળખવામાં આવે છે. ખાંડ કુદરતી રીતે શાકભાજી, ફળો, દૂધ અને મધમાં જોવા મળે છે. બીજી બાજુ, ખાંડને પ્રોસેસ્ડ ફૂડ્સ, સિરપ, મીઠા પીણાં અને મીઠાઇઓમાં ઉમેરવામાં આવે છે. (આ કાર્બોહાઇડ્રેટ્સ તમારે ટાળવા જોઇએ)

ફાઇબર એક જટિલ કાર્બોહાઇડ્રેટ છે જે શરીર પચાવી શકતું નથી. ફાઇબર ખાંડમાં તૂટી પડતું નથી અને તેના બદલે શરીરમાંથી પચ્યા વિના પસાર થાય છે. તે પાચનને સ્વસ્થ રાખે છે.

તમારા ખોરાકમાં કાર્બોહાઇડ્રેટ્સ તમારા શરીરમાં ખાંડના નાના એકમોમાં વિભાજિત થાય છે. આ નાના એકમો તમારા પાચનતંત્ર માંથી તમારા લોહીના પ્રવાહમાં શોષાય છે. આ રક્ત ખાંડ તમારા સ્નાયુઓ અને અન્ય પેશીઓને ઉર્જા પહોંચાડવા માટે તમારા લોહીના પ્રવાહમાંથી પસાર થાય છે. આ એક મહત્વપૂર્ણ પ્રક્રિયા છે; વાસ્તવમાં, કાર્બોહાઇડ્રેટ્સના વિવિધ કાર્યોમાં, તેમનું મુખ્ય કાર્ય શરીરને ઉર્જા પહોંચાડવાનું છે. તમારા શરીરને દરરોજ ઓછામાં ઓછા 200 થી 400 ગ્રામ કાર્બોહાઇડ્રેટ્સ ની જરૂર હોય છે.

હજુ પણ ખાતરી નથી કે કાર્બોહાઇડ્રેટ્સ સારા છે? તો જાણી લો કાર્બોહાઈડ્રેટ ખાવાના આ 10 મહત્વના ફાયદા:

10 કારણ કે તમારે ક્યારેય કાર્બોહાઇડ્રેટ છોડવું જોઈએ નહીં

1. જો તમારે તમારું IQ વધારવું હોય તો કાર્બોહાઇડ્રેટ્સ લો

તમારા શરીરના મોટાભાગના કોષો ઉર્જા માટે સિમ્પલ કાર્બોહાઇડ્રેટ્સ - ગ્લુકોઝ - નો ઉપયોગ કરે છે, ખાસ કરીને તમારા મગજને ઊર્જા સ્ત્રોત તરીકે ગ્લુકોઝની જરૂર હોય છે. તેથી, આપણે કહી શકીએ કે કાર્બોહાઇડ્રેટ્સનું એક મહત્વપૂર્ણ કાર્ય મગજને ઊર્જા સપ્લાય કરવાનું છે. જો તમે ક્યારેય ઓછા કાર્બોહાઇડ્રેટ આહારનું પાલન કર્યું હોય અને તમને લાગ્યું કે તમારું મગજ થોડા દિવસો માટે ધુમ્મસવાળું છે, તો તમે અનુભવ્યું હશે કે મગજના યોગ્ય કાર્ય માટે કાર્બોહાઇડ્રેટ્સ કેટલા મહત્વપૂર્ણ છે.

2. કાર્બોહાઇડ્રેટ તમારા મૂડને વધારે છે

કાર્બોહાઇડ્રેટ્સ મગજના સેરોટોનિન નામના રસાયણના ઉત્પાદનને પ્રોત્સાહન આપે છે, જે તમને સારું ફીલ કરાઇ છે. એક અભ્યાસમાં જાણવા મળ્યું છે કે જે લોકો લગભગ એક વર્ષ સુધી ખૂબ જ ઓછા કાર્બોહાઇડ્રેટ આહારનું પાલન કરે છે તેઓ ઓછા ફૈટ આહારનું પાલન કરતા લોકો કરતા વધુ હતાશા, ચિંતા અને ગુસ્સાનો અનુભવ કરે છે.

3. કાર્બોહાઇડ્રેટ વજન ઘટાડવામાં મદદ કરી શકે છે

તમારા દ્રાવ્ય ફાઇબરનું સેવન વધારવું એ વજન ઘટાડવાનો એક શ્રેષ્ઠ માર્ગ છે. ઘણા કાર્બોહાઇડ્રેટ્સમાં ફાઇબર હોય છે, જે એક જટિલ કાર્બોહાઇડ્રેટ છે જે ધીમે ધીમે પચાય છે. દ્રાવ્ય ફાઇબર પાણીમાં ઓગળી જાય છે અને જેલમાં ફેરવાય છે જે વધુ ધીરે ધીરે પચાય છે, જેનાથી તમે લાંબા સમય સુધી પેટ ભરેલું અનુભવો છો. તે ભૂખને અંકુશમાં રાખવામાં મદદ કરે છે અને તમે

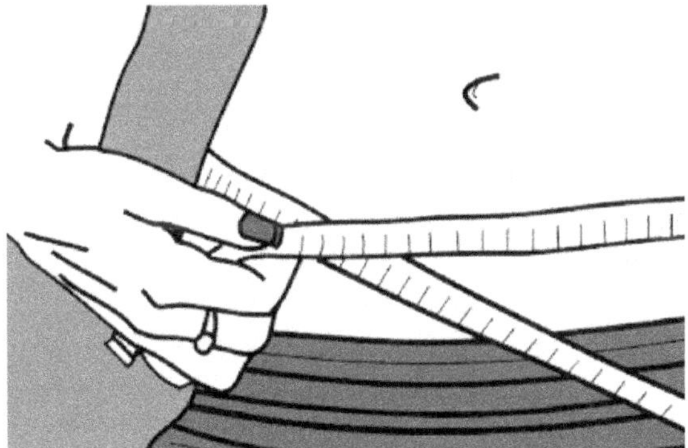

ઓછી કેલરીનો વપરાશ કરો છો. પરિણામે, તમે વધુ વેટ લોસ કરો છો. કબજિયાત ટાળવા માટે દ્રાવ્ય ફાયબર ધરાવતા ખોરાક સાથે પૂરતું પાણી પીઓ.

4. કાર્બોહાઇડ્રેટ તમારા હૃદય માટે સારા છે

સંશોધન બતાવે છે કે તમારા દ્રાવ્ય ફાઇબરનું સેવન (કાર્બોહાઇડ્રેટ-સમૃદ્ધ ખોરાક જેમ કે ઓટમીલ અને કઠોળમાં જોવા મળતા ફાઇબર) દરરોજ 5 થી 10 ગ્રામ વધારવાથી "ખરાબ" એલડીએલ કોલેસ્ટ્રોલમાં 5 ટકાનો ઘટાડો થઇ શકે છે. જે લોકો વધુ આખા અનાજ (બ્રાઉન રાઇસ, ઓટમીલ અને ક્વિનોઆ) ખાય છે તેઓમાં એલડીએલ કોલેસ્ટ્રોલ ઓછું હોય છે અને "સારા" એચડીએલ કોલેસ્ટ્રોલ વધારે હોય છે.

5. સારી ઊંઘ માટે

ધીમે-ધીમે પચતા કાર્બોહાઇડ્રેટ્સ ધરાવતા ખોરાક સેરોટોનિનના રિલીઝ માં વધારો કરે છે અને શાંત ઊંઘમાં ફાળો આપે છે. સેરોટોનિન એ માત્ર મૂડ-વધારતું ન્યુરોટ્રાન્સમીટર નથી, હકીકતમાં, તે શાંત ઊંઘનો અનુભવ સુનિશ્ચિત કરવામાં પણ મદદ કરે છે. જ્યારે તમારા આહારમાં કાર્બોહાઇડ્રેટ્સ ઓછું હોય છે, ત્યારે તમારા શરીરને સેરોટોનિન બનાવવામાં મુશ્કેલી પડે છે, પરિણામે અનિદ્રા થાય છે. આ જ કારણ છે કે દૂધ કાર્બોહાઇડ્રેટ્સનો શ્રેષ્ઠ સ્ત્રોત ન હોવા છતાં, રાત્રે એક ગ્લાસ ગરમ દૂધ પીવું એ શાંત ઊંઘ માટે સારું માનવામાં આવે છે.

6. કેન્સરનું જોખમ ઘટાડવા માટે

કાર્બોહાઇડ્રેટ્સ કેન્સરનું જોખમ ઘટાડે છે પરંતુ તમે કયું કાર્બોહાઇડ્રેટ લો છો તેના પર ઘણું નિર્ભર છે. કાર્બોહાઇડ્રેટ વિકલ્પો પર વિચાર કરતી વખતે મોટાભાગના લોકો બટાકા વિશે વિચારે છે, હકીકતમાં, ઘણા વધુ કાર્બોહાઇડ્રેટ વિકલ્પો છે જે તમે ક્યારેય વિચાર્યા પણ નથી. ઉદાહરણ તરીકે, ડુંગળી, ટામેટાં, કેપ્સિકમ અને સેંકડો શાકભાજીને મૂળભૂત રીતે કાર્બોહાઇડ્રેટ ગણવામાં આવે છે, ભલે તે એકબીજાથી ખૂબ જ અલગ હોય. આ કાર્બોહાઇડ્રેટ્સના પ્રકારો છે જે તમારે ખાવા જોઇએ. આ

એન્ટીઑકિસડન્ટ થી ભરપૂર છે અને અસામાન્ય કેન્સરગ્રસ્ત સેલ્યુલર વૃદ્ધિ સામે લડવામાં મદદ કરે છે. આ ખાદ્ય પદાર્થોની ઉચ્ચ ફાઇબર પ્રકૃતિ શરીરમાંથી ઝેરી અને કોલેસ્ટ્રોલને દૂર કરવામાં મદદ કરે છે. આ પૌષ્ટિક કાર્બોહાઇડ્રેટ ખોરાક પ્રારંભિક તબક્કાના કેન્સર સામે પણ લડે છે. કોષોને તેમના પ્રાથમિક બળતણ સ્ત્રોત તરીકે ગ્લુકોઝની જરૂર પડે છે. આવા કાર્બોહાઇડ્રેટ્સ ખોરાકનું સેવન કરવાથી કે જે ખૂબ જ ધીમે ધીમે ગ્લુકોઝમાં રૂપાંતરિત થાય છે તે કેન્સરના કોષોને પોષક તત્વોનો પુરવઠો ઘટાડે છે જે થી કોષ મૃત્યુ અથવા એપોપ્ટોસિસ થાય છે અને કેન્સરને ફેલાતા અટકાવે છે.

7. સારું પાચન માટે

પૂરતા પ્રમાણમાં ફાઇબરથી ભરપૂર કાર્બોહાઇડ્રેટ ખાવાથી પાચન સંબંધી સમસ્યાઓ, જેમ કે કબજિયાત અને અપચો અટકાવવામાં મદદ મળે છે. અદ્રાવ્ય ફાઇબર એ એક પ્રકારનું ફાઇબર છે જે પાચન દરમિયાન તૂટી પડતું નથી, તે અન્ય ખોરાકને તમારા પાચન માર્ગ સાથે ધકેલે છે અને પાચન પ્રક્રિયાને ઝડપી બનાવે છે. તે તમારા સ્ટૂલમાં બલ્ક ઉમેરે છે, જે સ્ટૂલ પસાર કરવાનું સરળ

બનાવે છે. પર્યાપ્ત કાર્બોહાઇડ્રેટના સેવન વિના, તમને તમારી પાચન તંત્રને નિયમિત રાખવા માટે પૂરતા પ્રમાણમાં ફાઇબર ન મળી શકે.

નોંધ: હાઈ બ્લડ પ્રેશરને કુદરતી રીતે કેવી રીતે રોકી શકાય તે જાણવા માટે **"ઈટ ટૂ પ્રીવેન્ટ એન્ડ કંટ્રોલ ડીસીસ"** પુસ્તક વાંચો.

8. બ્લડ પ્રેશર સુધારવા માટે

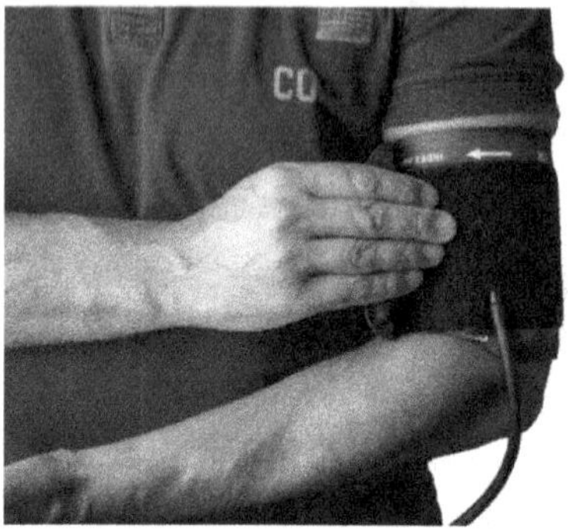

હાઈ બ્લડ પ્રેશર (હાયપરટેન્શન) એ સ્ટ્રોક અને હૃદય રોગ માટેના સૌથી પ્રખ્યાત જાણીતા જોખમ પરિબળોમાંનું એક છે. તેથી બ્લડ પ્રેશર ઘટાડવું એ હૃદય રોગના જોખમને ઘટાડવા માટે ખૂબ જ મહત્વપૂર્ણ પગલું માનવામાં આવે છે. અભ્યાસો દર્શાવે છે કે કાર્બોહાઇડ્રેટ્સથી ભરપૂર આહાર વધુ વજનવાળા અથવા મેદસ્વી વ્યક્તિઓમાં બ્લડ પ્રેશર ઘટાડે છે.

9. સારા ઉર્જા સ્તર માટે

કાર્બોહાઇડ્રેટ એ શરીરનો પ્રાથમિક ઉર્જા સ્રોત છે, કારણ કે તે આખરે ગ્લુકોઝમાં રૂપાંતરિત થાય છે જે એટીપીના (આપણા શરીરમાં વપરાતું ઊર્જા) ઉત્પાદન માટે જરૂરી છે. જો તમે સુસ્તી અનુભવો છો, તો સામાન્ય રીતે ઉચ્ચ ગુણવત્તાવાળા કાર્બોહાઇડ્રેટ્સનું ભોજન તમને ઉત્સાહિત કરવા માટે પૂરતું છે.

10. તમારું આયુષ્ય વધારવા માટે

કાર્બોહાઇડ્રેટ-સમૃદ્ધ ખોરાક બે એનાબોલિક હોર્મોન્સ, ઇન્સ્યુલિન અને ઇન્સ્યુલિન જેવા વૃદ્ધિ પરિબળ 1 (IGF-1) ના ઉત્પાદનને ઉત્તેજિત કરે છે. IGF-1 સેલ રિકવરી માં મદદરૂપ છે. આ વધુ સારી સેલ્યુલર હેલ્થ જાળવવામાં મદદ કરે છે. કાર્બોહાઇડ્રેટ્સ ગ્રોથ હોર્મોન અને કી એન્ટિ-એજિંગ હોર્મોન્સના ઉત્પાદનને પણ ઉત્તેજિત કરે છે.

નિષ્કર્ષ

કાર્બોહાઇડ્રેટ્સ ઘણા સ્વાસ્થ્ય લાભો ધરાવે છે, પરંતુ ખાતરી કરો કે તમે તેને મધ્યસ્થતામાં ખાઓ. જો કે કાર્બોહાઇડ્રેટ ખાદ્ય જૂથો શરીર માટે આવશ્યક વિટામિન્સ અને ખનિજો પૂરા પાડે છે, કોઇપણ ખાદ્ય જૂથનું વધુ પડતું ખાવાથી વજન વધી શકે છે. તમારા ડૉક્ટર સાથે પરામર્શ કરવાથી તમારા સ્વાસ્થ્યના લક્ષ્યો અને હાલની સ્વાસ્થ્ય પરિસ્થિતિઓના આધારે કાર્બોહાઇડ્રેટનું સેવન નક્કી કરવામાં મદદ મળી શકે છે.

પ્રકરણ 8

10 હેલ્ધી કાર્બોહાઇડ્રેટ્સ તમારે સ્વાસ્થ્ય અને પોષક લાભો માટે ખાવા જ જોઇએ

કાર્બોહાઇડ્રેટ શુ છે?

કાર્બોહાઇડ્રેટ્સ પ્રોટીન અને ફેટ સાથે એ ત્રણ મેક્રો-ન્યુટ્રિઅન્ટ્સમાંથી એક છે જે તમારા શરીરને દરરોજ જરૂરી છે.

સરળ (સિમ્પલ) કાર્બોહાઇડ્રેટ્સ એ કાર્બોહાઇડ્રેટ્સ છે જેમાં એક મોનોસેકરાઇડ

એકમ હોય છે. તેઓ શરીર દ્વારા ઊર્જા તરીકે ઉપયોગમાં લેવા માટે ઝડપથી તૂટી જાય છે. તેઓ કુદરતી ખાદ્ય સ્ત્રોતો જેવા કે દૂધ, દૂધની બનાવટો, ફળો અને શાકભાજીમાં જોવા મળે છે.

જટિલ (કોમ્પ્લેક્સ) કાર્બોહાઇડ્રેટ્સ એ હજારો મોનોસેકરાઇડ એકમોની જટિલ સાંકળોના બનેલા પોલિસેકરાઇડ્સ છે. જટિલ કાર્બોહાઇડ્રેટ્સ ધીમે ધીમે પાચન થાય છે અને શરીરમાં શોષવામાં સમય લે છે. તેઓ આખા અનાજ, કઠોળ અને સ્ટાર્ચયુક્ત શાકભાજી જેમ કે બટાકામાં જોવા મળે છે.

કાર્બોહાઇડ્રેટ શા માટે મહત્વપૂર્ણ છે?

કાર્બોહાઇડ્રેટ્સનું મુખ્ય કાર્ય શરીર અને મગજને ઊર્જા પ્રદાન કરવાનું છે. કાર્બોહાઇડ્રેટ્સ મગજની શક્તિમાં સુધારો કરે છે, કેન્સરનું જોખમ ઘટાડે છે, પાચન અને ઊંઘની પેટર્નમાં સુધારો કરે છે.

નીચે 10 ઉચ્ચ-ગુણવત્તાવાળા કાર્બોહાઇડ્રેટ્સની સૂચિ છે જે તમારે સ્વાસ્થ્ય અને પોષણ લાભો માટે ખાવી જોઈએ:

1. આખા ઘઉં

અનહેલ્ધી રિફાઇન્ડ ઘઉંની બ્રાન અને જર્મ લેયર હટાવા માટે પ્રક્રિયા કરવામાં આવે છે, જેમાં માત્ર એન્ડોસ્પર્મ બાકી રહે છે, જ્યારે આખા ઘઉંમાં ત્રણેય સ્તરો હોય છે - બ્રાન, જર્મ અને એન્ડોસ્પર્મ, જે તેને અત્યંત પૌષ્ટિક બનાવે છે.

ગ્લુટેન એ પ્રોટીનનું એક જૂથ છે જે ઘઉંના એન્ડોસ્પર્મ સ્તરમાં સ્ટાર્ચ સાથે જોવા

મળે છે કારણ કે રિફાઇન્ડ ઘઉં અથવા લોટમાં માત્ર એન્ડોસ્પર્મ હોય છે, તે ગ્લુટેનમાં ઘણું વધારે હોય છે. આખા ઘઉંના લોટના ત્રણ કપમાં ગ્લુટેન નું પ્રમાણ એક કપ મેંદો માં ગ્લુટેનની માત્રા જેટલું છે.

આખા ઘઉં વિટામિન B6, ફાઇબર, આયર્ન, કેલ્શિયમ, પોટેશિયમ, મેગ્નેશિયમ નો સમૃદ્ધ સ્રોત છે. આખા ઘઉંમાં ઘણાં કોમ્પ્લેક્સ કાર્બોહાઇડ્રેટ્સ હોય છે, જે સતત ઊર્જા પ્રદાન કરે છે. આખા ઘઉંમાં જોવા મળતી બ્રાન ફાઇબર પ્રદાન કરે છે જે લોહીમાં કોલેસ્ટ્રોલનું સ્તર ઘટાડીને હૃદય રોગનું જોખમ ઘટાડે છે.

100 ગ્રામ ઘઉંના લોટમાં કુલ 72 ગ્રામ કાર્બોહાઇડ્રેટ હોય છે, જેમાંથી 11 ગ્રામ ફાઇબર હોય છે.

2. બ્રાઉન રાઇસ

બ્રાઉન રાઇસ એ આખા અનાજના ચોખા છે જેમાંથી માત્ર ભૂસી (બાહ્યતમ સ્તર) દૂર કરવામાં આવે છે, જ્યારે સફેદ ચોખામાં ભૂસી સાથે બ્રાન (થૂલું) અને જર્મ (ભૂસની નીચેનું સ્તર) દૂર કરવામાં આવે છે, જેનાથી માત્ર સ્ટાર્ચયુક્ત ચોખા બચે છે. આ પ્રોસેસ કરવાની અને આગળ પોલિશ કરવાની પ્રક્રિયામાં ઘણા વિટામિન્સ અને મિનરલ્સનો નાશ થાય છે.

બ્રાઉન રાઇસ વિટામીન B1, B2, B6, મેગ્નેશિયમ, સેલેનિયમ અને ફોસ્ફરસ નો સારો સ્રોત છે અને તેમાં ફાઇબર વધુ હોય છે. બ્રાઉન રાઇસ ને લો ગ્લાઇસેમિક

ઇન્ડેક્સ ફૂડ માનવામાં આવે છે કારણ કે તે ધીમે ધીમે પચાય છે, જેના કારણે બ્લડ સુગરના સ્તરમાં ઓછો ફેરફાર થાય છે. બ્રાઉન રાઇસમાં જોવા મળતા દ્રાવ્ય ફાઇબર કોલેસ્ટ્રોલના કણો સાથે જોડાય છે અને તેને શરીરમાંથી બહાર લઇ જાય છે, એકંદર કોલેસ્ટ્રોલના સ્તરને ઘટાડવામાં મદદ કરે છે અને લોહીના ગંઠાવાનું નિર્માણ અટકાવવામાં પણ મદદ કરે છે.

100 ગ્રામ કાચા બ્રાઉન રાઇસમાં કુલ 73 ગ્રામ કાર્બોહાઇડ્રેટ્સ હોય છે, જેમાંથી 3.52 ગ્રામ ફાઇબર હોય છે.

3. ઓટ્સ

ઓટ ગ્રોટ્સ એ ઓટનું આખું સ્વરૂપ છે, જેમાં માત્ર બાહ્ય પડ, હળ અથવા કુશ્કી (અખાદ્ય) દૂર કરવામાં આવે છે અને તેમાં ફાયબર-સમૃદ્ધ બ્રાનનો ભાગ અને એન્ડોસ્પર્મ હોય છે.

સ્ટીલ કટ ઓટ્સ બનાવવા માટે, ઓટ ગ્રોટ્સને ઘણા ટુકડાઓમાં કાપવામાં આવે છે.

રોલ્ડ ઓટ્સ માટે, ઓટ ગ્રોટ્સને પહેલા સ્ટીમિંગ દ્વારા નરમ કરવામાં આવે છે, પછી તેને સપાટ કરવા માટે દબાવવામાં આવે છે.

ઇન્સ્ટન્ટ ઓટ્સ માટે, ઓટ ગ્રોટ્સને પહેલા રાંધવામાં આવે છે, પછી સૂકવવામાં આવે છે, અને પછી રોલ્ડ ઓટ્સ કરતાં સહેજ પાતળું દબાવવામાં આવે છે.

સ્ટીલ કટ ઓટ્સમાં રોલ્ડ ઓટ્સ કરતાં સહેજ વધુ ફાઇબર હોય છે, જ્યારે

ઇન્સ્ટન્ટ ઓટ્સ સૌથી વધુ પ્રોસેસ્ડ વેરાયટી હોય છે અને તેમાં નોંધપાત્ર રીતે ઓછું પોષક મૂલ્ય હોય છે. ઓટ ગ્રોટ્સ તમામ પ્રકારના ઓટ્સમાં સૌથી આરોગ્યપ્રદ છે. તમે ઓટના દાણાને પીસીને ઓટનો લોટ બનાવી શકો છો અને આ લોટનો ઉપયોગ બ્રેડ, કૂકીઝ અને રોટલી બનાવવા માટે કરી શકો છો.

ઓટ્સ એ ગ્લુટેન થી ફ્રી આખા અનાજ છે અને પ્રોટીન, ફાઇબર, એન્ટીઑકિસડન્ટ, વિટામિન્સ અને ખનિજો, ખાસ કરીને મેંગેનીઝનો ઉત્તમ સ્રોત છે.

ઓટ્સ એ પાણીમાં દ્રાવ્ય ફાઇબર β-ગ્લુકનનો સમૃદ્ધ સ્રોત છે જે કોલેસ્ટ્રોલ ઘટાડી ને ડાયાબિટીસ ને નિયંત્રિત કરવામાં મદદ કરે છે.

ઓટ્સ પાચન તંત્રમાં સ્વસ્થ બેક્ટેરિયા વધારે છે, જે હૃદય રોગ અને ટાઇપ-2 ડાયાબિટીસ સામે લડવામાં મદદ કરે છે.

100 ગ્રામ ઓટ્સમાં કુલ 66.3 ગ્રામ કાર્બોહાઇડ્રેટ્સ હોય છે, જેમાંથી 11 ગ્રામ ફાઇબર અને 4 ગ્રામ દ્રાવ્ય β-ગ્લુકન ફાઇબર હોય છે.

4. ક્વિનોઆ

ક્વિનોઆ એક બીજ ઉત્પન્ન કરનાર ફૂલ છોડ છે. તે એક સ્યુડોસેરિયલ છે જેનો અર્થ છે કે ઘઉં અને ચોખાથી વિપરીત, ક્વિનોઆ એ ઘાસ નથી, છતાં તેનો ઉપયોગ અનાજની જેમ જ થાય છે. ક્વિનોઆ ને એમ જ અથવા લોટ બનાવીને ઉપયોગ કરી શકાય છે.

ક્વિનોઆમાં કોમ્પ્લેક્સ કાર્બોહાઇડ્રેટ્સ, અદ્રાવ્ય ફાઇબર અને પ્રોટીન વધુ હોય છે, જે તમને લાંબા સમય સુધી તૃપ્ત રાખે છે. તે એક સંપૂર્ણ પ્રોટીન છે, જેનો અર્થ છે કે તે તમામ નવ આવશ્યક એમિનો એસિડ ધરાવે છે. તે આયર્ન, મેગ્નેશિયમ, કેલ્શિયમ, પોટેશિયમ, બી વિટામિન્સ, વિટામિન ઇ, ફોસ્ફરસ અને એન્ટીઑકિસડટ માં પણ વધારે છે.

ક્વિનોઆ ગ્લુટેન થી ફ્રી છે, તેથી ગ્લુટેન ઇન્ટોલરન્સ લોકો તેમની દૈનિક ભલામણ કરેલ કાર્બોહાઇડ્રેટ જરૂરિયાતને પહોંચી વળવા માટે ક્વિનોઆ ખાઇ શકે છે.

ક્વિનોઆ શરીરના તાપમાનને નિયંત્રિત કરે છે, એન્ઝાઇમ પ્રવૃત્તિને સક્રિય કરે છે અને બળતરા વિરોધી ગુણધર્મો ધરાવે છે.

100 ગ્રામ કાચા ક્વિનોઆમાં 64.2 ગ્રામ કોમ્પ્લેક્સ કાર્બોહાઇડ્રેટ્સ હોય છે, જેમાંથી 7 ગ્રામ ફાઇબર હોય છે.

5. શક્કરિયા

શક્કરિયા એ જટિલ કાર્બોહાઇડ્રેટ્સ અને ફાઇબરનો ઉત્તમ સ્ત્રોત છે. તેમાં વિટામિન C, B5 અને B6 જેવા વિટામિન્સ અને આયર્ન, કેલ્શિયમ, સેલેનિયમ અને મેંગેનીઝ જેવા ખનિજો હોય છે. શક્કરિયાના મુખ્ય સ્વાસ્થ્ય લાભો પૈકી એક એ છે કે તેમાં બીટા-કેરોટીન વધુ હોય છે. બીટા-કેરોટીન એ એન્ટીઑક્સિડન્ટ છે જે શરીરમાં વિટામિન A માં રૂપાંતરિત થાય છે.

શક્કરિયા શરીરમાં ફ્રી રેડિકલ સામે લડીને કેન્સરને અટકાવે છે, રોગપ્રતિકારક શક્તિ ને મજબૂત બનાવે છે અને સ્વસ્થ દ્રષ્ટિ જાળવી રાખે છે.

100 ગ્રામ શક્કરિયા માં 20 ગ્રામ જટિલ કાર્બોહાઇડ્રેટ્સ હોય છે, જેમાંથી 3 ગ્રામ ડાયેટરી ફાઇબર હોય છે.

6. બાફેલા બટાકા

બાફેલા બટાકામાં બેક્ડ બટાકાની સરખામણીમાં ગ્લાઇસેમિક સ્કોર ઓછો હોય છે. ઓછા ગ્લાઇસેમિક સ્કોરને કારણે, આપણું શરીર બાફેલા બટાકાને વધુ ધીમેથી

પચાવે છે અને લાંબા સમય સુધી આપણને પેટ ભરેલું લાગે છે.

સ્કિન સાથે બાફેલા બટાકામાં સેચ્યુરેટેડ ફૈટ અને સોડિયમ ખૂબ જ ઓછું હોય છે અને તેમાં શૂન્ય કોલેસ્ટ્રોલ હોય છે.

બાફેલા મોટા બટાકામાં બી-કોમ્પ્લેક્સ વિટામીન ભરપૂર માત્રામાં હોય છે. એક બાફેલું બટેટા દરરોજ ભલામણ કરેલ વિટામિન B6 સેવન ના અડધાથી વધુ પ્રદાન કરે છે. તે વિટામિન સી, પોટેશિયમ અને કોપરનો પણ સારો સ્રોત છે.

બટાકામાં રેસીસ્ટન્ટ સ્ટાર્ચ હોય છે જે આંતરડામાં વધુ સારા બેક્ટેરિયા અને ઓછા ખરાબ બેક્ટેરિયા બનાવીને આંતરડાના સ્વાસ્થ્યને સુધારે છે. વધુમાં, બાફેલા બટાકા ગ્લુટેન ફ્રી હોય છે.

100 ગ્રામ બાફેલા બટાકામાં કુલ 20 ગ્રામ કાર્બોહાઇડ્રેટ્સ હોય છે, જેમાંથી 1.6 ગ્રામ ફાઇબર હોય છે.

7. સફરજન

સફરજનના સંપૂર્ણ સ્વાસ્થ્ય લાભો મેળવવા માટે, સફરજનને છાલ કાઢ્યા વિના આખું ખાઓ. સફરજનમાં પુષ્કળ પ્રમાણમાં ફાઇબર હોય છે. સફરજનમાં હાજર દ્રાવ્ય ફાયબર વજન ઘટાડવામાં મદદ કરે છે અને આંતરડાના સ્વાસ્થ્યને પ્રોત્સાહન આપે છે.

1 મધ્યમ સફરજનમાં 95 કેલરી હોય છે અને તે એક સફરજનને પચાવવા માટે

150 કેલરી લે છે. આનો અર્થ એ છે કે તમે એક સફરજન ખાવાથી વધારાની 50 કેલરી બર્ન કરો છો.

સફરજન ફ્લેવોનોઇડ્સમાં અત્યંત સમૃદ્ધ છે જે મહત્વ પૂર્ણ એન્ટીઑકિસડન્ટ છે. સફરજનમાં હાજર ફાઇટોન્યુટ્રિઅન્ટ્સ અને એન્ટીઑકિસડન્ટ ડાયાબિટીસ, હાઈ બ્લડ પ્રેશર, હૃદય રોગ અને કેન્સરના જોખમને ઘટાડવામાં મદદ કરે છે.

સફરજનના અન્ય સ્વાસ્થ્ય લાભોમાં પેટ અને યકૃતના રોગો, એનિમિયા, પિત્તાશયની પથરી અને કબજિયાતની રોકથામનો સમાવેશ થાય છે.

100 ગ્રામ સફરજનમાં કુલ 14 ગ્રામ કાર્બોહાઇડ્રેટ્સ હોય છે, જેમાંથી 2.4 ગ્રામ ફાઇબર હોય છે.

8. કેળા

કેળામાં પોટેશિયમ વધુ માત્રામાં હોય છે. પોટેશિયમ હૃદયના સ્વાસ્થ્યને પ્રોત્સાહન આપે છે. આ ખાવાથી બ્લડ પ્રેશર ઓછું થાય છે અને કેન્સર અને અસ્થમાનું જોખમ ઓછું થાય છે. કેળામાં ફાઇબર, કેલ્શિયમ, વિટામીન B6, વિટામીન સી અને વિવિધ એન્ટીઓક્સીડેન્ટ્સ અને ફાયટોન્યુટ્રિઅન્ટ્સ હોય છે. કાચા કેળામાં રેસીસ્ટન્ટ સ્ટાર્ચ વધુ હોય છે જે આંતરડાના સ્વાસ્થ્યને પ્રોત્સાહન આપે છે.

કેળાનો ગ્લાઇસેમિક ઇન્ડેક્સ ઓછો હોય છે. તેમાં આયર્નની માત્રા વધારે હોવાને કારણે કેળા એનિમિયાથી પીડિત લોકો માટે સારા છે. કેળામાં સારી માત્રામાં મેગ્નેશિયમ હોય છે, જે સારી ઊંઘને પ્રોત્સાહન આપવા માટે જાણીતું છે.

100 ગ્રામ કેળામાં 23 ગ્રામ કાર્બોહાઇડ્રેટ હોય છે, જેમાંથી 2.6 ગ્રામ ફાઇબર હોય છે.

9. સફેદ ચણા

સફેદ ચણામાં જટિલ કાર્બોહાઇડ્રેટ્સ વધુ હોય છે જે તમને લાંબા સમય સુધી તૃપ્તિનો અનુભવ કરાવે છે કારણ કે તે ધીમે ધીમે પચી જાય છે. ચણામાં જોવા મળતું સ્ટાર્ચ ધીમે ધીમે પચાય છે અને બ્લડ સુગર લેવલને સ્થિર રાખે છે. સફેદ ચણામાં પ્રોટીનનું પ્રમાણ વધુ હોય છે જે વજન ઘટાડવામાં મદદ કરે છે. ચણામાં હાજર ફાઇબર પાચનતંત્રમાંથી પસાર થતા પાણીને શોષી લે છે અને ઝેર અને કચરા સાથે મળીને મળ બનાવે છે, જે શરીરમાંથી ઝેર અને કચરો પણ બહાર કાઢે છે.

ચણા એ આવશ્યક B કોમ્પ્લેક્સ વિટામિન્સ (B1, B2, B3, B6, B12), વિટામિન A, C, અને K, એન્ટીઑકિસડન્ટ અને આયર્ન, મેગ્નેશિયમ, ઝીંક, ફોસ્ફરસ અને ફોલેટ જેવા ખનિજોનો સમૃદ્ધ સ્ત્રોત છે.

100 ગ્રામ ચણામાં કુલ કાર્બોહાઇડ્રેટના 61 ગ્રામ હોય છે, જેમાંથી 17 ગ્રામ ફાઇબર હોય છે.

10. રાજમા

રાજમા માં દ્રાવ્ય અને અદ્રાવ્ય બંને ફાઇબર હોય છે, જે તમારી પાચન પ્રણાલીને સરળ રીતે ચલાવે છે. દ્રાવ્ય ફાઇબર આંતરડામાં કોલેસ્ટ્રોલ સાથે જોડાય છે અને

તેને શરીરમાંથી બહાર કાઢે છે. અને અદ્રાવ્ય ફાઇબર સ્ટૂલમાં બલ્ક ઉમેરે છે અને કબજિયાત અટકાવે છે.

તેમાં સ્લો કાર્બોહાઇડ્રેટ્સ હોય છે, જેનો અર્થ છે કે કાર્બોહાઇડ્રેટ્સ ધીમે ધીમે તુટે છે અને ધીમે ધીમે આંતરડામાંથી શોષાય છે જે બ્લડ સુગર માં અચાનક સ્પાઇક્સ અટકાવે છે. રાજમામાં જોવા મળતા એન્ટીઓક્સીડેન્ટ્સ કેન્સર સામે લડવામાં મદદ કરે છે. વધુમાં, રાજમામાં હાજર કેલ્શિયમ અને મેગ્નેશિયમ ઓસ્ટીયોપોરોસિસને અટકાવે છે અને હાડકાંને મજબૂત બનાવે છે. રાજમા એ પ્લાન્ટ બેસ્ડ પ્રોટીનનો સૌથી સમૃદ્ધ સ્ત્રોત છે અને સ્નાયુ સમૂહને વધારે છે.

100 ગ્રામ રાજમામાં કુલ કાર્બોહાઈડ્રેટ્સના 60 ગ્રામ હોય છે, જેમાંથી 25 ગ્રામ ફાઈબર હોય છે.

નિષ્કર્ષ

ઉચ્ચ-ગુણવત્તાવાળા કાર્બોહાઇડ્રેટ્સથી સમૃદ્ધ આહારના સ્વાસ્થ્ય લાભો અસંખ્ય છે. કુકીઝ, ડોનટ્સ જેવા રિફાઇન્ડ પ્રોસેસ્ડ કાર્બોહાઈડ્રેટ્સ હેલ્ધી કાર્બોહાઈડ્રેટ્સ નથી. ભલામણ કરેલ દૈનિક કાર્બોહાઈડ્રેટના સેવનને પહોંચી વળવા તમારે રિફાઇન્ડ કાર્બોહાઈડ્રેટ્સ પર આધાર રાખવો જોઇએ નહીં. સ્વસ્થ જીવન માટે તમારા આહારમાં ઉચ્ચ ગુણવત્તાવાળા કાર્બોહાઇડ્રેટ્સનો સમાવેશ કરો. ઓછા કાર્બોહાઇડ્રેટ આહાર માં ઓસ્ટીયોપોરોસિસ અને કેન્સરની ઘટનાઓ માટે સંભવિત જોખમો છે. પરંતુ તે ધ્યાનમાં રાખવું જોઇએ કે કાર્બોહાઇડ્રેટ વધારે ખાવાથી વજન વધી શકે છે, તેથી તેને મધ્યમ માત્રામાં ખાઓ.

નિવારક પગલાં

શાકાહારી ખાદ્યપદાર્થો તમને ઘણી બીમારીઓ થી બચાવી શકે છે, તે તમારા જીવનમાં મૂલ્યવાન અને સ્વસ્થ વર્ષો ઉમેરી શકે છે. જો કે, વનસ્પતિ આધારિત શાકાહારી ખોરાકમાં કેટલાક આવશ્યક પોષક તત્વો ઓછા પ્રમાણમાં જોવા મળે છે, પરંતુ હજુ પણ એવા કોઈ જરૂરી પોષક તત્વો નથી જે શાકાહારી ખોરાક માંથી મેળવી ન શકાય. સામાન્ય રીતે, શાકાહારીઓના આહારમાં 60-70% કાર્બોહાઇડ્રેટ્સ હોય છે અને માંસાહારી લોકોની સરખામણીમાં શાકાહારીઓમાં પ્રોટીનનું પ્રમાણ ઓછું હોય છે, જેના કારણે ઘણીવાર પ્રોટીનની ઉણપ હોય છે. તેથી, શાકાહારી હોવાને કારણે તમારે દરરોજ તમારા આહારમાં યોગ્ય માત્રામાં પ્રોટીનનું સેવન કરવું જોઇએ, તમે આ પુસ્તકના પ્રકરણ 4 માં પ્રોટીનયુક્ત ખોરાકની સૂચિ જોઈ શકો છો.

અન્ય સ્વાસ્થ્ય સમસ્યાઓ કે જે શાકાહારીઓ સામનો કરે છે

આયર્નની ઉણપનો એનિમિયા

વિટામિન B12 ની ઉણપ

સદનસીબે, આ પરિસ્થિતિઓને રોકવા માટે તમારે ડૉક્ટરની ફીની જરૂર નથી. તેમ છતાં, આ પરિસ્થિતિઓને રોકવા માટે ફેન્સી મોંઘા ખોરાકની જરૂર નથી, તમે તેને સ્માર્ટ આહારની આદતોથી અટકાવી શકો છો. તમારે તમારા આહારમાં ફક્ત થોડા વિશેષ ખોરાકનો સમાવેશ કરવાની જરૂર છે અને તમે અંદર અને બહાર બંને રીતે ફિટ રહેશો. ચાલો આપણે બંને પરિસ્થિતિઓની એક પછી એક વિગતવાર ચર્ચા કરીએ.

પ્રકરણ 9

એનિમિયાથી છુટકારો મેળવવા માટે 10 પાવર ફૂડ્સ

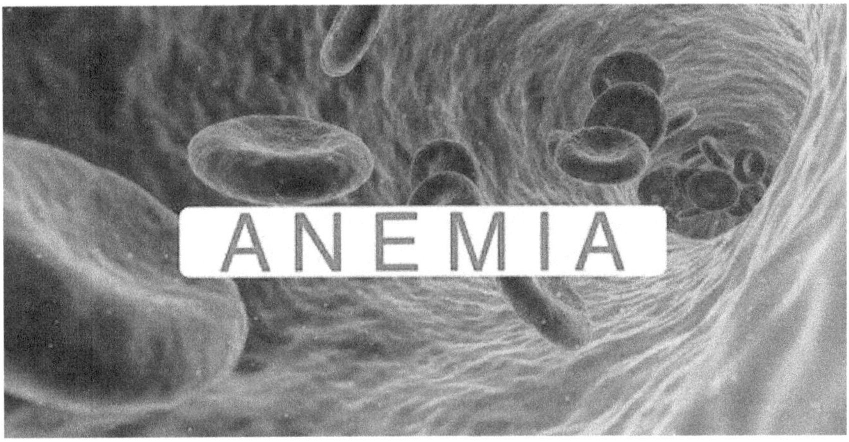

એનિમિયા શું છે?

આયર્નની ઉણપનો એનિમિયા એ એક સામાન્ય પ્રકારનો એનિમિયા છે જે એક એવી સ્થિતિ છે જેમાં લોહીમાં લાલ કોષો અથવા હિમોગ્લોબિનનો અભાવ હોય છે.

નામ સૂચવે છે તેમ, શરીરમાં આયર્નની ઉણપને કારણે એનિમિયા થાય છે. હિમોગ્લોબિન એ લાલ રક્ત કોશિકાઓનો મુખ્ય ભાગ છે અને ઓક્સિજનને જોડે છે. લોહીમાં રહેલું હિમોગ્લોબિન ફેફસાંમાંથી શરીરના બાકીના ભાગમાં

ઓક્સિજનનું વહન કરે છે. આયર્ન વિના શરીર લાલ રક્ત કોશિકાઓમાં હિમોગ્લોબિન ઉત્પન્ન કરી શકતું નથી.

એનિમિયા ના કારણો

આયર્નની ઉણપ એ સૌથી સામાન્ય પોષણની ખામીઓમાંની એક છે અને વૈશ્વિક સ્તરે એનિમિયાનું સૌથી સામાન્ય કારણ છે, પરંતુ ફોલેટ, વિટામિન B12 અને વિટામિન A ની ઉણપ જેવી અન્ય સ્થિતિઓ એનિમિયા નું કારણ બની શકે છે.

અયોગ્ય આહાર, પીરિયડ્સ દરમિયાન બ્લડ લોસ, આંતરડાના બળતરા રોગ અને ગર્ભાવસ્થા દરમિયાન વધેલી જરૂરિયાતો એનિમિયાનું કારણ બને છે.

એનિમિયા ના લક્ષણો

આયર્નની ઉણપનો એનિમિયાના લક્ષણો:

- થાક
- ચક્કર
- ઠંડા હાથ અને પગ
- નબળાઈ
- નિસ્તેજ ત્વચા
- અનિયમિત ધબકારા
- શ્વાસની તકલીફ, ખાસ કરીને કસરત કરતી વખતે

આયર્નથી ભરપૂર યોગ્ય આહાર તમને એનિમિયાથી મુક્ત કરી શકે છે.

હીમ આયર્ન અને નોન-હીમ આયર્ન

ડાયેટરી આયર્નના બે સ્વરૂપો હીમ આયર્ન અને નોન-હીમ આયર્ન છે:

હીમ આયર્ન એ એક પ્રકારનું આયર્ન છે જે સીફૂડ, માંસ, મરઘાં અને માછલી જેવા પશુ પ્રોટીનમાંથી આવે છે.

છોડમાંથી મળતું આયર્ન નોન-હીમ આયર્ન તરીકે ઓળખાય છે અને તે વનસ્પતિ આધારિત ખોરાક જેમ કે અનાજ, ફળો, કઠોળ, શાકભાજી અને નટ્સ, તેમજ ઓટ્સ જેવા આયર્ન-ફોર્ટિફાઇડ ખોરાકમાં જોવા મળે છે.

વિટામિન સી તમારા પેટમાં આયર્નને શોષવામાં મદદ કરે છે. આયર્નનું શોષણ વધારવા માટે વિટામિન સી (ઉદાહરણ તરીકે, એક ગ્લાસ લીંબુનો રસ, નારંગી, બેરી, કિવિ, ટામેટાં અને કેપ્સિકમ) સાથે નોન-હીમ આયર્ન ખોરાક લો.

આ શાકાહારી વિસ્તાર હોવાથી અમે શાકાહારી વિકલ્પોની વિગતવાર ચર્ચા કરીશું.

એનિમિયાથી છુટકારો મેળવવા માટે નીચે 10 પાવર ફૂડ્સની સૂચિ છે:

1. પાલક

પાલકમાં ભરપૂર માત્રામાં આયર્ન, બીટા કેરોટીન, કેલ્શિયમ, વિટામિન બી૭, વિટામિન સી અને ફાઇબર હોય છે. પાલકના નિયમિત સેવનથી એનિમિયાથી બચી શકાય છે. પાલક લાલ માંસ કરતાં ઘણી સારી છે કારણ કે તે ઓછી કેલરી

પૂરી પાડે છે અને ફૈટ અને કોલેસ્ટ્રોલ મુક્ત છે. તમારા રોજિંદા આહારમાં પાલકનો સમાવેશ કરો. શોષણમાં સુધારો કરવા માટે, વિટામિન સી થી ભરપૂર ખોરાક જેમ કે સાઇટ્રસ ફળો સાથે પાલક ખાઓ.

2. બીટરૂટ

બીટરૂટ માં આયર્ન અને વિટામિન સી ભરપૂર હોય છે, જે એનિમિયા માટે સારું માનવામાં આવે છે. બીટરૂટ શરીરમાં લાલ રક્ત કોશિકાઓને સમારકામ અને ફરીથી સક્રિય કરવામાં મદદ કરે છે. એકવાર સક્રિય થયા પછી, ઓક્સિજન સરળતાથી સ્નાયુઓ અને શરીરના અન્ય પેશીઓ સુધી પહોંચે છે. તમારા રોજિંદા આહારમાં કોઇપણ સ્વરૂપમાં બીટરૂટનો સમાવેશ કરવાથી એનિમિયા સામે સરળતાથી લડવામાં મદદ મળે છે.

3. કઠોળ

કઠોળ-એનિમિયાને રોકવામાં અસરકારક છે, કારણ કે માત્ર અડધા કપમાં તમારા શરીરને એક દિવસમાં જરૂરી 20% આયર્ન હોય છે. કઠોળમાં ફોલેટ, મેગ્નેશિયમ, પોટેશિયમ

અને ફાઇબર પણ વધુ હોય છે જે તમારી તૃપ્તિમાં વધારો કરે છે, કોલેસ્ટ્રોલ ઘટાડવા સાથે તમારી બ્લડ સુગરને સ્થિર કરવામાં મદદ કરે છે અને વજન ઘટાડવામાં પણ મદદ કરે છે.

4. મધ

મધ એ સૌથી વધુ લોકપ્રિય અને વ્યાપકપણે ઉપયોગમાં લેવાતું સ્વીટનર છે જેમાં આરોગ્યના અઢળક ફાયદા છે. મધ આયર્નનો સમૃદ્ધ સ્ત્રોત છે. આયર્ન, કોપર અને મેગ્નેશિયમ સાથે મધ તમારા લોહીમાં હિમોગ્લોબિનનું પ્રમાણ વધારે છે, જેનાથી એનિમિયાની સારવાર થાય છે. રોજ સવારે ખાલી પેટે એક ગ્લાસ પાણીમાં એક લીંબુના રસમાં એક ચમચી મધ ભેળવીને પીવાથી એનિમિયા સામે લડવામાં અસરકારક રીતે મદદ મળે છે.

5. ગોળ

ભોજન સાથે કોઇપણ સ્વરૂપમાં ગોળનું નિયમિત સેવન કરવાથી એનિમિયાનો સામનો કરવામાં મદદ મળે છે. ગોળ ખાંડનું સૌથી શુદ્ધ સ્વરૂપ છે અને કોઇપણ કૃત્રિમ રસાયણો વિના ફળોના રસ સાથે લોખંડના વાસણોમાં તૈયાર કરવામાં આવે છે. તેમાં આયર્ન અને ફોલેટ ભરપૂર માત્રામાં હોય છે જે એનિમિયાને રોકવામાં મદદ કરે છે. આદુના રસ સાથે ગોળનું નિયમિત સેવન આયર્નનું વધુ સારી રીતે શોષણ કરવામાં મદદ કરે છે.

6. સફેદ ચણા

સફેદ ચણા શાકાહારીઓ માટે આયર્નનું પાવરહાઉસ છે. તેમાં ફાઇબર અને પ્રોટીનનું પ્રમાણ વધુ હોય છે અને તેમાં ઘણા મહત્વપૂર્ણ વિટામિન્સ અને મિનરલ્સ હોય છે.

સફેદ ચણામાં ભરપૂર માત્રામાં આયર્ન, ફોલેટ અને વિટામિન સી હોય છે, જે શરીરમાં હિમોગ્લોબિન બનાવવા માટે જરૂરી છે. સફેદ ચણામાં ઉચ્ચ પ્રોટીન અને આયર્ન સામગ્રી તેને શાકાહારીઓ માટે એક સ્માર્ટ પસંદગી બનાવે છે. આયર્નના વધુ સારા શોષણ માટે હમસ માં લીંબુનો રસ ઉમેરો.

7. કોળાના બીજ

કોળાના બીજમાં આયર્ન, એન્ટિઓક્સિડન્ટ્સ, ઝિંક, મેગ્નેશિયમ અને અન્ય ઘણા પોષક તત્વો ભરપૂર માત્રામાં હોય છે. દર બે દિવસે માત્ર એક મુઠ્ઠી ભર કોળાના બીજ રોગપ્રતિ કારક શક્તિને મજબૂત કરવામાં અને એનિમિયાને રોકવામાં મદદ કરી શકે છે. બ્રેડ, રોટલી, દહીં અથવા સલાડ ટોપિંગમાં શેકેલા કોળાના બીજ ઉમેરો.

8. મેથી

મેથીના દાણામાં પ્રોટીનની સાથે આવશ્યક એમિનો એસિડ, આયર્ન, એસ્કોર્બેટ અને ફોલેટ હોય છે. મેથી એનિમિયાને રોકવા અને મટાડવામાં મદદ કરે છે. મેથીના પાન લોહીની રચનામાં મદદ કરે છે. આયર્નથી ભરપૂર હોવાને કારણે, મેથી એનિમિયા માટે એક મૂલ્યવાન ઉપચાર છે.

9. સોયાબીન

સોયાબીન નોન-હીમ આયર્નનો મુખ્ય સ્ત્રોત છે. સોયાબીનમાં ફૈટ ઓછા હોય છે અને પ્રોટીન અને ફાઇબર વધુ હોય છે જે એનિમિયા સામે લડવામાં મદદ કરે છે. સોયાબીન તાંબા જેવા મહત્વપૂર્ણ ખનિજોનો ઉત્તમ સ્ત્રોત છે, જે આપણી રક્તવાહિનીઓ અને રોગપ્રતિકારક શક્તિને સ્વસ્થ રાખવામાં મદદ કરે છે. સોયાબીન મેંગેનીઝનો પણ સારો સ્ત્રોત છે જે શરીરમાં ઘણી રાસાયણિક પ્રક્રિયાઓમાં સામેલ છે.

10. તલ

તલ માં હાજર આયર્ન ઇમ્યુન સિસ્ટમ ને યોગ્ય રીતે કાર્ય કરવામાં મદદ કરે છે અને આયર્નની ઉણપનો એનિમિયા અટકાવે છે. ખાસ કરીને કાળા તલ આયર્નનો સમૃદ્ધ સ્ત્રોત છે. તલ માં તાંબુ, ફોસ્ફરસ, વિટામિન ઇ અને ઝિંક જેવા જરૂરી પોષક તત્વો ભરેલા હોય છે. એક ક્વાર્ટર કપ તલ લોહની દૈનિક જરૂરિયાતના 30% પૂરા પાડી શકે છે.

નિષ્કર્ષ

આયર્ન એક મહત્વપૂર્ણ ખનિજ છે, આપણું શરીર પોતાની મેળે આયર્ન ઉત્પન્ન કરી શકતું નથી. તે કોષોના વિકાસમાં મહત્વપૂર્ણ ભૂમિકા ભજવે છે, તેથી, નિયમિતપણે આયર્નયુક્ત આહારનું સેવન કરવું મહત્વપૂર્ણ છે. શરીરમાં તેના શોષણને પ્રોત્સાહન આપવા માટે નૉન -હીમ પ્લાન્ટ આયર્ન સ્ત્રોતો સાથે વિટામિન સી સમૃદ્ધ ભોજન લો. લોહીની ઉણપનો સામનો કરવા માટે મહિલાઓએ પીરિયડ્સ દરમિયાન આયર્નનું સેવન વધારવું જોઇએ. તેવી જ રીતે, સગર્ભા સ્ત્રીઓએ તેમના આયર્નનો વપરાશ વધારવો જોઇએ કારણ કે શરીર બાળકને પોષક તત્ત્વો પૂરા પાડવા માટે વધારાની માત્રામાં લોહી ઉત્પન્ન કરે છે જેના કારણે એનિમિયા થવાનું જોખમ વધી જાય છે.

પ્રકરણ 10

વિટામિન B12 ની ઉણપને રોકવા માટે શાકાહારીઓ માટે ટોચના 10 ખોરાક

જો તમે હંમેશા થાકેલા, ઉદાસી અને ચીડિયાપણું અનુભવો છો, અથવા યાદશક્તિની સમસ્યા અનુભવો છો, તો તમારામાં વિટામિન B12 ની ઉણપ પણ હોઈ શકે છે જે કોબાલામીનની ઉણપ તરીકે પણ ઓળખાય છે. પ્રોટીનયુક્ત

ખોરાક, ખાસ કરીને પશુનું માંસ અને માછલી, વિટામિન B12 ના પ્રાથમિક સ્ત્રોત છે. તેથી જ શાકાહારીઓમાં વિટામિન B12 ની ઉણપ વારંવાર જોવા મળે છે.

વિટામિન B12 શું છે અને તે શા માટે મહત્વપૂર્ણ છે?

વિટામિન B12, જેને કોબાલામીન તરીકે પણ ઓળખવામાં આવે છે, તે પાણીમાં દ્રાવ્ય વિટામિન છે. તે એક આવશ્યક પોષક છે જે નર્વસ સિસ્ટમની સામાન્ય કામગીરી માટે મહત્વપૂર્ણ છે. આ સાથે, તે રક્ત કોશિકાઓને સ્વસ્થ રાખે છે અને માનવ કોષોના આનુવંશિક સામગ્રી - ડીએનએ બનાવવામાં મદદ કરે છે. વિટામિન B12 ની ઉણપ સ્વસ્થ લાલ રક્ત કોશિકાઓની ઉણપ તરફ દોરી શકે છે જેના પરિણામે એનિમિયા થાય છે. પુખ્ત પુરુષો અને સ્ત્રીઓ માટે વિટામિન B12 નું ડાયેટરી રેફરન્સ ઇન્ટેક (DRI) દરરોજ 2.4 માઇક્રોગ્રામ છે. અન્ય આવશ્યક પોષક તત્વોની જેમ, વિટામિન B12 શરીર દ્વારા બનાવી શકાતું નથી. આ કારણોસર તે ફક્ત ખોરાકમાંથી જ મેળવવું જોઇએ.

જો તમારા વિટામિન B12 નું સ્તર ખૂબ ઓછું હોય, તો તમારે તમારા ડૉક્ટરની ભલામણ મુજબ પૂરક અથવા વિટામિન B12 ના ઇન્જેક્શન લેવા જોઇએ. પરંતુ જો તમારી વિટામિન B12 ની ઉણપ સીમારેખા છે અથવા તમે ભવિષ્યમાં તેની ઉણપને ટાળવા માંગતા હોવ તો તમારે વિટામિન B12 થી ભરપૂર આહાર ખાવાનું શરૂ કરવું જોઇએ. વિટામિન B12 મુખ્યત્વે પશુ સ્ત્રોતોમાં જોવા મળે છે, તેમ છતાં, ઉણપને રોકવા માટે કેટલાક શાકાહારી વિકલ્પો છે.

શાકાહારીઓ માટે ટોચના 10 વિટામિન B12 સમૃદ્ધ ફૂડ્સ નીચે સૂચિબદ્ધ છે:

1. દહીં

તમારા આહારમાં વધુ વિટામિન B12 મેળવવા માટે નિયમિતપણે દહીં ખાવું એ એક સરસ રીત છે. દહીં લગભગ 50%-75% વિટામીન B12 સપ્લાય કરી શકે છે. દહીં ફોલેટ અને વિટામિન B6 નો પણ સારો સ્ત્રોત છે. વજનમાં વધારો ટાળવા માટે, સાદું, ઓછી ફૈટ અને સુગર વગરનું દહીં ખાઓ.

2. ગાયનું દૂધ

દૂધ એ વિટામીન B12 નો ઉત્તમ ખાદ્ય સ્રોત છે અને તેનું યોગ્ય માત્રામાં સેવન કરવાથી વિટામિન B12 ની ઉણપને રોકવામાં મદદ મળી શકે છે. દરરોજ 2 કપ 250 મિલી દૂધ પીવાથી તમને આખા દિવસ માટે જરૂરી વિટામિન B12 મળે છે. દૂધ કેલ્શિયમ, પ્રોટીન, પોટેશિયમ અને ફોસ્ફરસ જેવા અન્ય પોષક તત્વોથી ભરેલું છે. તેને નાસ્તામાં મુસલી અને ગ્રેનોલા સાથે લેવાથી તમને વધુ વિટામિન B12 મળે છે.

3. ચીઝ

ચીઝ વિટામિન B12 નો ઉત્તમ સ્રોત છે. અમુક પ્રકારના ચીઝ જેમ કે સ્વિસ ચીઝ, મોઝેરેલા ચીઝ અને પનીર વિટામિન B12માં વધુ હોય છે. પ્રોસેસ્ડ ચીઝ ટાળો કારણ કે તેમાં વિટામિન B12 ખૂબ જ ઓછી માત્રામાં હોય છે. ચીઝનો એક ટુકડો તમને વિટામિન B12 ના ભલામણ કરેલ દૈનિક સેવનના 22% થી 36% પૂરા પાડવા માટે પૂરતો છે, પરંતુ તમારી વિટામિન B12 ની જરૂરિયાતને પહોંચી વળવા માટે ફક્ત ચીઝ પર આધાર રાખવો યોગ્ય નથી કારણ કે ચીઝનું વધુ પડતું સેવન તમને ફૈટી બનાવી શકે છે.

4. સોયા મિલ્ક

જો કે સોયા મિલ્ક માં કુદરતી રીતે વિટામિન B12 નથી હોતું, તે વિટામિન B12 થી ફોર્ટિફાઇડ કરવામાં આવે છે. ફોર્ટિફાઇડ ખોરાકનો અર્થ એ છે કે તે પોષક તત્વો તેમાં ઉમેરવામાં આવે છે જે ખોરાકમાં કુદરતી રીતે હાજર નથી. સોયા મિલ્ક

ઘણીવાર વિટામિન B12 સાથે ફોર્ટિફાઇડ હોય છે. સોયા મિલ્કમાં વિટામિન B12 થી ફોર્ટિફાઇડ છે કે નહીં તે જાણવા માટે, તેને ખરીદતા પહેલા સોયા મિલ્કનું લેબલ તપાસો.

ફ્લેવર્ડ સોયા મિલ્ક કરતાં મીઠા વગરનું સોયા મિલ્ક પસંદ કરો કારણ કે તે વધુ પ્રાકૃતિક છે અને તે ખાંડ મુક્ત હોવાથી તેમાં લગભગ શૂન્ય કેલરી હોય છે. તમે એક કપ ફોર્ટિફાઇડ સોયા દૂધમાંથી વિટામિન B12 (2.4 માઇક્રોગ્રામ) ની ભલામણ કરેલ સંપૂર્ણ દૈનિક માત્રા મેળવી શકો છો.

5. ટેમ્પેહ

ટેમ્પેહ કુદરતી સંવર્ધન અને નિયંત્રિત આથો પ્રક્રિયા દ્વારા બનાવવામાં આવે છે જે સોયાબીનને કેક સ્વરૂપમાં બાંધે છે. ટેમ્પેહ ઉત્પાદન દરમિયાન બેક્ટેરિયલ દૂષણ તેમાં વિટામિન B12 ની સામગ્રીમાં વધારો કરે છે. ટેમ્પેહમાં હાજર વિટામિન B12 ની માત્રા દૂધની બનાવટો કરતા ઘણી ઓછી હોય છે, તેથી તમારે તમારી દૈનિક ભલામણ કરેલ વિટામિન B12 ની જરૂરિયાત પૂરી કરવા માટે તેના પર જ આધાર રાખવો જોઇએ નહીં. ટેમ્પેહ તમારા શાકાહારી પ્રોટીનનું સેવન વધારી શકે છે. તેઓ તમને પુષ્કળ પ્રમાણમાં ફાઇબર આપે છે અને તેમાં કોઇ કોલેસ્ટ્રોલ કે સેચ્યુરેટેડ ફૈટ પણ હોતા નથી.

6. સૂકા શિતાકે મશરૂમ

સૂકા શિતાકે મશરૂમ એ એક પ્રકારની ફૂગ

છે જેમાં B12 ની વધુ માત્રા હોય છે. જો કે તે વિટામિન B12 ના ઉત્તમ સ્ત્રોત નથી, તેમ છતાં તેઓ તમારી વિટામિન B12 ની થોડુંક જરૂરિયાતો પૂરી કરી શકે છે. તમે તમારા વેજ રૈપ અને સ્ટફિંગમાં સૂકા શિતાકે મશરૂમ સાથે ટેમ્પેહ અને ચીઝને જોડીને તમારા એકંદર વિટામિન B12 નું સેવન વધારી શકો છો.

7. વ્હેય પ્રોટીન

વ્હેય પ્રોટીન એ વિટામીન B12 નો ઉત્તમ સ્ત્રોત છે. તમે ઉકાળેલા દૂધમાં લીંબુનો રસ મિક્સ કરીને પનીર બનાવીને ઘરે જ વ્હેયનું પ્રોટીન બનાવી શકો છો. આ પ્રક્રિયાનો પ્રવાહી ભાગ તમારી વ્હેય છે જે માત્ર વિટામિન B12 થી સમૃદ્ધ નથી, પરંતુ તે શાકાહારીઓ માટે પ્રોટીનનો ઉત્તમ સ્ત્રોત પણ છે. આ વ્હેયનો ઉપયોગ તમારા પેનકેકના બેટરમાં અને તમારી પાસ્તાની વાનગીઓમાં વ્હેયના સંપૂર્ણ સ્વાસ્થ્ય લાભો મેળવવા માટે કરો.

8. મુસલી અને ગ્રેનોલા

સવારના નાસ્તામાં મ્યુસલી અને ગ્રેનોલા જેવા અનાજ વિટામિન B12 નો સારો સ્ત્રોત છે. જો તમને દૂધ સાથે મ્યુસલી અને ગ્રેનોલા લેવાનું પસંદ ન હોય તો ઑફિસના બ્રેક દરમિયાન તેને નાસ્તામાં ખાઓ અથવા મોડી રાત્રે ખાવાની તલબ હોય ત્યારે તેને ખાઓ. તમારા આહારમાં બિનજરૂરી ફૈટ ને ટાળવા માટે મીઠા વગરના મ્યુસલી અને ગ્રેનોલા ખાઓ.

9. વેનીલા આઇસ્ક્રીમ

આઇસક્રીમ દૂધમાંથી બનાવવામાં આવે છે અને વિટામિન બી12 કુદરતી રીતે દૂધમાં જોવા મળે છે, જેના કારણે આઇસ્ક્રીમ વિટામિન બી12 નો સારો સ્ત્રોત બને છે. આટલું જ નહીં, આઇસ્ક્રીમમાં વિટામિન

A, B કોમ્પ્લેક્સ, C, D, E અને K, કેલ્શિયમ અને પ્રોટીન પણ હોય છે. તેમાં કોલેસ્ટ્રોલ અને સેચ્યુરેટેડ ફૈટનું પ્રમાણ વધુ હોવાથી એકંદર સ્વાસ્થ્ય માટે આઇસ્ક્રીમનું સેવન સંયમિત રીતે કરવું જોઇએ. એક કપ વેનીલા આઇસ્ક્રીમમાં વિટામિન B12 ની ભલામણ કરેલ દૈનિક માત્રાના 20 ટકા હોય છે.

10. ચોખાનું દૂધ

ચોખાનું દૂધ વિટામિન B12નો સારો સ્ત્રોત છે. તે સેચ્યુરેટેડ ફૈટ થી મુક્ત છે અને વિટામિન એ, ડી, કેલ્શિયમ, મેગ્નેશિયમ, પોટેશિયમ અને આયર્નથી સમૃદ્ધ છે. અડધો કપ રાંધેલા બ્રાઉન રાઇસને 2 કપ પાણીમાં પીસીને તમે ઘરે જ ચોખાનું દૂધ બનાવી શકો છો. તેને વધુ સ્મૂથ બનાવવા માટે, તેને સ્ટ્રેનરમાંથી પસાર કરો. જ્યારે ઠંડા હોય ત્યારે તે વધુ સારું લાગે છે.

નિષ્કર્ષ

શાકાહારીઓમાં વિટામિન B12 ની ઉણપ અસામાન્ય નથી, પરંતુ તમારે માત્ર આહારમાં થોડો ફેરફાર કરવાની જરૂર છે. તમારે ફક્ત તમારા આહારમાં વધુ વિટામિન B12 સમૃદ્ધ ખોરાકનો સમાવેશ કરવાની જરૂર છે. થોડા સરળ ફેરફારો કરીને તમે ઉત્તમ પરિણામો મેળવી શકો છો. તે તમને વિટામિન B12 ની ઉણપથી બચાવશે એટલું જ નહીં પરંતુ એનિમિયાથી પણ બચાવશે. વિટામિન B12 ધરાવતાં ખોરાકમાં પ્રોટીન ભરપૂર હોવાથી, તમને સ્વસ્થ નર્વસ સિસ્ટમ, સ્વસ્થ ત્વચા, તેમજ અન્ય ઘણા સ્વાસ્થ્ય લાભો મળશે.

પ્રકરણ 11

વ્યંજન

ચિલી ટોફુ
શેઝવાન સોસમાં કઠોળ
મશરૂમ ફ્રાઇડ રાઇસ
ખજૂર રોલ

ચિલી ટોફુ

સામગ્રી (2 વ્યક્તિઓ માટે)

ટોફુ: 100 ગ્રામ	કેપ્સીકમ: 100 ગ્રામ
ગાજર: 100 ગ્રામ	ડુંગળી: 100 ગ્રામ
ઝીણું સમારેલું લસણ: 2 ચમચી	સમારેલુ આદુ: 1 ચમચી
રેડ ચીલી સોસ: 1 ચમચી	સોયા સોસ: 1 ચમચી
ટોમેટો સોસ: 1 ચમચી	સફેદ તલ: 1 ચમચી
કાળા મરી પાવડર: ½ ચમચી	આમચૂર પાવડર: 1 ચમચી
વિનેગર: 1 ચમચી	કોર્નફ્લોર: 1 ચમચી
સ્વાદ પ્રમાણે મીઠું	સરસવનું તેલ: 2 ચમચી
પાણી: 50 મિલી + 2 ચમચી (જો જરૂરી હોય તો)	લીલી ડુંગળી: ગાર્નિશ કરવા માટે

બનાવવાની રીત

1. ટોફુને 1-ઇંચના ક્યુબ્સમાં કાપો અને તેના પર થોડું મીઠું અને મરી છાંટો.

2. કેપ્સિકમ, ગાજર અને ડુંગળીને પણ 1 ઇંચના ક્યુબ્સમાં કાપી લો.

3. 50 મિલી પાણીમાં 1 ટેબલસ્પૂન કોર્નફ્લોર મિક્સ કરો.

4. એક બાઉલમાં સોયા સોસ, રેડ ચીલી સોસ અને ટોમેટો સોસ મિક્સ કરો.

5. એક પેનમાં સરસવનું તેલ ગરમ કરો. તલ ઉમેરો. તલને 1-2 મિનિટ સુધી ચડવા દો. હવે ઝીણું સમારેલું આદુ અને લસણ ઉમેરો.

6. ફ્લેમ ને હાઈ કરો. 1-2 મિનિટ માટે પકાવો. કેપ્સિકમ ઉમેરીને 2-3 મિનિટ પકાવો અને પછી ગાજર ઉમેરીને 2-3 મિનિટ પકાવો. ધીમે-ધીમે મિક્સ કરો જેથી શાકભાજી સરખી રીતે રંધાઈ જાય. વધારે રાંધશો નહીં કારણ કે શાકભાજી સંપૂર્ણપણે રાંધેલા ન હોવા જોઈએ, તે સહેજ કાચા હોવા જોઈએ.

7. ડુંગળી ઉમેરો. 3-4 મિનિટ માટે ઉંચી આંચ પર પકાવો.

8. આંચ ઓછી કરો અને સોસનું મિશ્રણ ઉમેરો. બરાબર મિક્સ કરો. કાળા મરી, મીઠું અને આમચૂર પાવડર અથવા સરકો ઉમેરો. બરાબર મિક્સ કરો.

9. કોર્નફ્લોરની પેસ્ટ ઉમેરો અને ફ્લેમ ને હાઈ કરો. એકવાર તે ઉકળવા લાગે અને સોસ થિક થઇ જાય પછી તેમાં ટોફુના ટુકડા ઉમેરો. બરાબર મિક્સ કરો. 2-3 મિનિટ માટે પકાવો જેથી ટોફુ બધી સોસ ને શોષી લે.

10. ફ્લેમ બંધ કરો. તેને એક બાઉલમાં કાઢી લો અને તેમાં થોડો આમચૂર પાવડર છાંટવો. લીલી ડુંગળીથી ગાર્નિશ કરો અને ગરમ ચિલી ટોફુ નો આનંદ લો.

નોંધ: કારણ કે MSG (મોનોસોડિયમ ગ્લુટામેટ) એ આરોગ્યપ્રદ વિકલ્પ નથી, તે આ રેસીપીમાં ઉમેરવામાં આવ્યો નથી. આમચૂર પાવડર ઉમેરવો વૈકલ્પિક છે. આ રેસીપીમાં, અમે MSG જેવો જ સ્વાદ મેળવવા માટે સરસવના તેલ અને આમચૂર પાવડરનો ઉપયોગ કર્યો છે. જો તમે ઈચ્છો તો સરસવના તેલને બદલે અન્ય કોઈપણ તેલનો ઉપયોગ કરી શકો છો.

શેઝવાન સોસ માં કઠોળ

સામગ્રી (2 વ્યક્તિઓ માટે)

સફેદ ચણા: 1½ કપ (બાફેલા)	રાજમા: ½ કપ (બાફેલા)
બટાકા: 1 મધ્યમ (બાફેલી)	ડુંગળી: 1 મધ્યમ
જીરું: 1 ચમચી	મીઠું સ્વાદ મુજબ
સમારેલ લસણ: 2 ચમચી	સમારેલુ આદુ: 1 ચમચી
શેઝવાન સોસ: 2 ચમચી	તેલ: 1 ચમચી
કાતરી ડુંગળી: ગાર્નિશ કરવા માટે	કાપેલા લીંબુ : ગાર્નિશ કરવા માટે
લીલું મરચું: ગાર્નિશ કરવા માટે	કોથમીર: ગાર્નિશ કરવા માટે

બનાવવાની રીત

1. એક પેનમાં તેલ ગરમ કરો. જીરું ઉમેરો. 2 મિનિટ માટે પકાવો.

2. લસણ અને આદુ ઉમેરો. 2 મિનિટ માટે ઉંચી આંચ પર પકાવો.

3. સમારેલી ડુંગળી ઉમેરો અને તેનો રંગ બદલાય ત્યાં સુધી પકાવો.

4. ચણા અને રાજમા ઉમેરો. 2 મિનિટ માટે પકાવો.

5. શેઝવાન સોસ અને મીઠું ઉમેરો. બરાબર મિક્સ કરો.

6. સમારેલા બાફેલા બટેટા ઉમેરો. 2 મિનિટ માટે ઉંચી આંચ પર પકાવો.

7. જો થોડું સૂકું લાગે તો તેમાં 2 ચમચી પાણી ઉમેરો. મધ્યમ આંચ પર 5 મિનિટ સુધી સાંતળી લો.

8. ફ્લેમ બંધ કરો. સમારેલી ડુંગળી, કોથમીર, લીલા મરચા અને લીંબુ થી ગાર્નિશ કરો.

9. સાંજની ચા સાથે શેઝવાન સોસ માં કઠોળ નો આનંદ લો.

મશરૂમ ફ્રાઈડ રાઈસ

સામગ્રી (2 વ્યક્તિઓ માટે)

મશરૂમ: 100 ગ્રામ	રાંધેલા બ્રાઉન રાઇસ: 2 કપ
જીરું: 1 ચમચી	હિંગ: એક ચપટી
કાજુ: 5 (ઝીણી સમારેલી)	કિસમિસ: 8-10
ડુંગળી: 2 મધ્યમ	સમારેલ લસણ: 2 ચમચી
ટામેટા: 2 મધ્યમ	દહીં: 2 ચમચી
મીઠું સ્વાદ અનુસાર	હળદર પાવડર: 1 ચમચી
ધાણા-જીરું પાવડર: 1 ચમચી	ગરમ મસાલો: 1 ચમચી
લાલ મરચું પાવડર સ્વાદ અનુસાર	તેલ: 2 ચમચી

બનાવવાની રીત:

1. એક પેનમાં તેલ ગરમ કરો. કાજુ ઉમેરો અને ગોલ્ડન બ્રાઉન થાય ત્યાં સુધી ફ્રાય કરો. કાજુ ને તેલ માંથી કાઢી લો.

2. બાકીના તેલ માં હિંગ અને જીરું ઉમેરો. એક મિનિટ માટે પકાવો.

3. લસણ ઉમેરો અને એક મિનિટ પકાવો. ડુંગળી ઉમેરો અને મધ્યમ આંચ પર લગભગ 5 મિનિટ સુધી રાંધી લો.

4. ટામેટાં અને મીઠું ઉમેરો. મીઠું ઉમેરવાથી ટામેટાં ઝડપથી ઓગળી જાય છે. તેને ઢાંકીને ધીમી આંચ પર લગભગ 10-15 મિનિટ સુધી પકાવો. ટામેટાંને ચમચી થી મેશ કરો.

5. હળદર, ધાણા-જીરું પાવડર, લાલ મરચું પાવડર અને ગરમ મસાલો ઉમેરો. સારી રીતે મિક્સ કરો, જો તે સૂકો લાગે તો 2-3 ચમચી પાણી ઉમેરો. ઢાંકીને 5 મિનિટ અથવા તેલ અલગ ન થાય ત્યાં સુધી રાંધો (ટામેટાના મિશ્રણની બાજુઓ પર તેલના થોડા ટીપા દેખાશે).

6. સમારેલા મશરૂમ્સ ઉમેરો અને મિશ્રણને ઢાંકી દો, જેથી મશરૂમ બધા મસાલાને શોષી લે.

7. ફ્લેમ લો કરો અને દહીં ઉમેરો. 2 મિનિટ માટે મિક્સ કરો. રાંધેલા બ્રાઉન રાઇસ ઉમેરો અને ધીમે ધીમે મિક્સ કરો જેથી ચોખા તૂટી ન જાય. મધ્યમ તાપ પર 5 મિનિટ સુધી રાંધી લો.

8. કાજુ અને કિસમિસ ઉમેરો. બરાબર મિક્સ કરો.

9. ફ્લેમ બંધ કરો. તેમાં કોથમીર નાખીને ઢાંકીને 10 મિનિટ રહેવા દો.

10. હવે તે સર્વ કરવા માટે તૈયાર છે. દહીં અને અથાણાં સાથે મશરૂમ ફ્રાઇડ રાઇસ નો આનંદ લો.

નોંધ: જ્યારે પણ બ્રાઉન રાઇસ નો ઉપયોગ કરો, ત્યારે ડીશ ને ઓછામાં ઓછી 10 મિનિટ માટે ઢાંકીને રાખો. બ્રાઉન રાઇસ સફેદ ચોખા કરતાં વધુ ધીમેથી સ્વાદને શોષી લે છે. ઢાંકવાથી બ્રાઉન રાઇસ નો સ્વાદ વધે છે.

ખજૂર રોલ

સામગ્રી (<u>20 રોલ્સ માટે)</u>

ખજૂર (બીજ વિના): 1½ કપ	અંજીર: ½ કપ
બદામ: ¼ કપ	કાજુ: ¼ કપ
અખરોટ: ¼ કપ	પિસ્તા: ¼ કપ
સફેદ તલ: 1 ચમચી	તરબૂચના બીજ: 1 ચમચી
કોળાના બીજ: 1 ચમચી	ખસખસ: 1 ચમચી
ઘી: 1½ ચમચી	

બનાવવાની રીત:

1. બદામ, કાજુ, અખરોટ અને પિસ્તાને બારીક કાપો.

2. પાણીનો ઉપયોગ કર્યા વિના ખજૂર અને અંજીરને પીસી લો.

3. તલ, તરબૂચના બીજ, કોળાના બીજ અને ખસખસને તેલ વગર 3-5 મિનિટ સુધી શેકી લો.

4. એક ઊંડા પેનમાં 1 ચમચી ઘી લો. બદામ, કાજુ, અખરોટ અને પિસ્તા ઉમેરો અને ધીમા તાપે શેકો જ્યાં સુધી તે સહેજ બ્રાઉન ન થાય અને સુગંધિત સુગંધ આવવા લાગે.

5. હવે ઘી માંથી બધા ડ્રાયફ્રૂટ્સ કાઢી લો. એ જ પેનમાં 1 ટેબલસ્પૂન ઘી ઉમેરો.

6. ખજૂર અને અંજીર નું મિશ્રણ ઉમેરો. બરાબર મિક્સ કરો. ઢાંકણ થી ઢાંકી ને લગભગ 2 મિનિટ સુધી નરમ થવા દો.

7. ઢાંકણ ને હટાવો અને લગભગ 5-7 મિનિટ માટે પકાવો. તેમાં નટ્સ અને બીજ ઉમેરો. સારી રીતે મિક્સ કરો અને મિશ્રણને એકસાથે બાંધવા માટે ચમચી વડે દબાવો.

8. ફ્લેમ બંધ કરો. તેને 2 મિનિટ માટે ઠંડુ થવા દો. મિશ્રણને પ્લેટમાં કાઢી લો. તમારી હથેળી ને ઘી થી ગ્રીસ કરો જેથી મિશ્રણ તમારી હથેળી પર ચોંટી ન જાય. હવે મિશ્રણને સિલિન્ડર નો આકાર આપો. આ રોલને ક્લિંગ ફિલ્મ માં લપેટી લો. રોલ્સને 1 કલાક માટે રેફ્રિજરેટ કરો.

9. રેફ્રિજરેટર માંથી રોલ્સને બહાર કાઢો. ક્લિંગ ફિલ્મ હટાવી દો અને રોલને નાના ટુકડા કરો.

10. તમે ડેટ રોલ્સને સૂકી જગ્યાએ 2 અઠવાડિયા સુધી સ્ટોર કરી શકો છો.

લેખિકા વિશે

લા ફોન્સિયર **ઈટ સો વ્હોટ! સિરીઝ**, **ઈટ ટૂ પ્રીવેન્ટ એન્ડ કંટ્રોલ ડિસીસ** અને **સેક્રેટ ઓફ હેલ્ધી હેયર** ની લેખિકા છે. તેમણે ફાર્માસ્યુટિકલ ટેકનોલોજીમાં વિશેષતા સાથે ફાર્મસીમાં માસ્ટર ડિગ્રી મેળવી છે. તેમણે સંશોધન અને વિકાસ વિભાગ માં સંશોધન વૈજ્ઞાનિક તરીકે કામ કર્યું છે. તે રજિસ્ટર્ડ ફાર્માસિસ્ટ છે. તે હેલ્થ બ્લોગર અને હિપ-હોપ ડાન્સ આર્ટિસ્ટ છે. રિસર્ચ સાયન્ટિસ્ટ હોવાને કારણે, તે માને છે કે પૌષ્ટિક શાકાહારી આહાર અને સ્વસ્થ જીવનશૈલી વડે મોટાભાગની બીમારીઓ થી બચી શકાય છે.

લા ફૉન્સિયર દ્વારા અન્ય પુસ્તકો

સોશિયલ પ્લેટફોર્મ પર લા ફૉન્સિયર સાથે કનેક્ટ થાઓ

ઇન્સ્ટાગ્રામ: **@la_fonceur | @eatsowhat**

ફેસબુક: **LaFonceur | eatsowhatblog**

X: **@la_fonceur**

લા ફૉન્સિયર પુસ્તકો પર વિશેષ ઑફર્સ મેળવવા માટે અહીં સાઇન અપ કરો:

બ્લોગ: **www.eatsowhat.com/signup**

વેબસાઇટ: **www.lafonceur.com/sign-up**

www.ingramcontent.com/pod-product-compliance
Lightning Source LLC
LaVergne TN
LVHW020420051026
849527LV00008B/783/J